ஆறுமாதக் கடுங்காவல்

AF518919

கலைஞர் மு. கருணாநிதி

Title: Aarumatha Kadunkaaval

Author: M. Karunanidhi

Language: Tamil

First Published on: 1953

Year of Publication: 2025

Book Format: Paperback

*Page Size: 6inch * 9inch*

Category: Biography

Subject: Political Biography

No. of pages: 246

ISBN: 978-81-996129-6-9

Published by: Nilan Publishers, Madurai, Tamilnadu, India

பொருளடக்கம்

இது....4

காணிக்கை....5

முரசு....7

முரசு முழங்கியது....61

களம்....68

கோரத் தாண்டவம்!....108

சிறை....113

சிறை திறந்தது....239

வெற்றி! வெற்றி!!....242

குறிப்புகளுக்காக

இது

கல்லக்குடியில் போர்க்களம் அமைப்பதற்கான சூழ்நிலைகள் உருவானதிலிருந்து, சிறைவாசம் முடிய - நினைவில் நின்ற நிகழ்ச்சிகள் குறிக்கப்பட்டு திராவிட இயக்கத்தின் வருங்கால சரித்திரத்திற்கு இதுவும் பயன்படலாம் என்ற ஆசையுடன் வெளியிடப்படுகிறது.

-பதிப்பகத்தார்

காணிக்கை

திராவிட முன்னேற்றக் கழகம் எழுச்சிமிக்க எளிலேடு. அதிலே கல்லக்குடி ஒரு உணர்ச்சி அத்தியாயம். போர்ப்பரணி. புதிய புறநானூற்றில் உயிரோட்டமுள்ள ஒப்பற்ற வரிகள், அந்த உணர்வு தவழ் வரிகளை செந்நிறத்தால் தீட்டிக் காட்டிய தீரர்கள் இந்த மண்ணின் மறையாத மணி விளக்குகள்.

போர்க்காவியம் தீட்டும் புலவர்க்கு அவர்கள் கதாநாயகர்கள், கவிதைத் தேரின் தோரண வாயிலாக அவர்களை அமைத்துக் களிப்படைவர்; வருங்கால கவிஞர் பெருமக்கள். விடுதலை கீதத்தின் கம்பீரமான தொனியிலே அவர்களின் திருநாமம் பொதிந்து கிடக்கும். நல்லவரும், நாட்டுக்குழைப்போரும் - தொடர்ந்து செல்லவேண்டும் - தொழுது வணங்க வேண்டிய வீரக் கழல்களை ரத்தச் சகதியிலே பதித்து விட்டுப் போன உத்தமர்கள், வீரர்கள், தியாகச் செம்மல்கள், மடிமேல் வைத்து வளர்த்த திராவிட மாதாவுக்கு தாங்கள் செய்யவேண்டிய கடமையை பூரணமாகச் செய்தவர்கள். புகழ் முத்துக்கள். அவர்கள் வாழ்க என வாழ்த்துவோம். உதிரம் வடித்தோருக்கும், உயிர் தந்தோருக்கும், கரம் ஈந்தோருக்கும், கால் வழங்கியோருக்கும் நமது கண்ணீரையும், பெருமூச்சோடு கலந்த இந்த வாழ்த்தையும் தவிர, வேறென்ன நம்மால் பதிலுக்குத் தந்திட முடியும்!

அந்தக் கண்ணீர் அலைகளினூடே, இந்த எழுத்துக் குவியலை மிதக்க விடுகிறேன், தீரர்கட்த வீர வணக்கம் செலுத்தியபடியே!

வணக்கம்.

கருணாநிதி.

முரசு

ஜூன் 15ம் நாள் காலையில் சென்னையிலிருந்து திருச்சி நோக்கிப் புறப்பட்ட ஆகாய விமானம் என்னையும் தோழர் முல்லை சத்தியத்தையும் தூக்கிக்கொண்டு பறந்தது. தேவையான, வழக்கமான வேகத்தில் விமானம் பறந்து சென்றாலுங்கூட காற்றையும் முகில்களையும் அளவுக்கு மீறிய வேகத்துடன் அது கிழித்துச் செல்வதாகவே நாங்கள் எண்ணினோம். உண்மையில் அந்தப் பறக்கும் இயந்திரத்தில் அவ்வளவு வேகமில்லை. எங்களின் மனோ வேகந்தான் அப்படியிருந்தது. என்றுமில்லாத புத்துணர்ச்சி. தோளிலே தினவு. உள்ளமெல்லாம் உவகைக் கூத்து. காரணம் என்ன?

கல்லக்குடியிலே களம். அதற்கு நான் படைத் தலைவன். அந்த இன்பச் சேதி கேட்டு என்னுடன் தொடர்ந்த சத்தி. இருவர் இதயமும் அந்நிலையை அடைய இதைவிட வேறு காரணம் என்ன தேவை. வீதிக்கு வீதி பல வீட்டுப் புலித் தமிழர் வில்லேந்தி வாழ்ந்தனர் என்று நமது புறநானூறு பேசுகிறது. மலர்தூவிய மஞ்சத்திலேயிருப்பார்களாம்; போர் முரசின் ஒலி கிளம்புமாம் - கடைசி முத்தமாயிருப்பினும் இருக்கும் எனக் களிப்புடன் கூறி - கண்ணீர் நிறைந்த காதலியரின் கன்னங்களிலே அன்பைப் புதித்துவிட்டு மழவர்கள் தோள் தட்டி ஓடுவார்களாம். எஞ்சியுள்ள தமிழரின் வீரக் கவிதைகள் அந்த தித்திப்பான செய்திகளை நமக்கு சொல்லித்தான் வைத்திருக்கின்றன. அவ் வழிவந்தோர் போர் தவிர

புனிதமான முறை எதையும் கண்டு வழிக்குவர மறுக்கும் பொல்லாதவர்களை எதிர்த்து முரசு கொட்டுக என தலைவனிடமிருந்து உத்திரவு கிடைத்துவிட்டது எனக் கேட்டு அந்த உத்திரவை முத்தமிட்டு களம் நோக்கி முரசு கொட்டச் செல்கிறார்கள் என்றால் ஏன் உவகை கிளம்பாது ! உற்சாகம் மோதாது! உல்லாசப் பண் எழும்பாது "சூடேறிச் சுழன்றோடும் ரத்த ஓட்டத்திலே - முறுக்கேறி நிற்கும் நரம்புகளிலே வீங்கிய மலைத் தோள்களிலே தம்பிமார்களின் ஆற்றல் நிறைந்த யுத்த முறைகளிலே தங்களுக்கு நம்பிக்கையில்லையா அண்ணா?" என்று கேட்டுப் பெற்ற "வரம்" அல்லவா அது! வரம் பெற்றோம். புதிய உரம் பெற்றோம் ! போர்முனை நோக்கிப் பறந்தோம்.

இறக்கைகள் ஆகாயக் கப்பலுக்கா, அல்லது எங்களுக்கா? - என்றே புரியவில்லை. அவ்வளவு மிகுதியான வேகத்தை உணர்ந்தோம். போராட்டம் தொடங்க வேண்டிய அவசியம் ஏன் ஏற்பட்டது என்பதை திருச்சி மாவட்டத்திலேயுள்ள பொதுமக்களுக்கு எடுத்துச் சொல்லுவதற்காக மாவட்ட முழுதும் சுற்றுப்பயணம் ஏற்பாடு செய்யப்பட்டிருந்தது. ஜூன் 14ம் நாள் சென்னையிலே ஒரு கல்லூரியின் நிதிவிழா நாடகத்தில் நடிக்கவேண்டிய பொறுப்பு இருந்தது திராவிட சமுதாயத்தின் விழிப்புக்கும் புதிய பாதை காணும் எழுச்சிக்கும் வித்திட்ட வைரமணி விளக்காம் தியாகராயப் பெரியாரின் பெயரால் அமைந்த தியாகராயர் கல்லூரியின் நிதிக்காகத்தான் நாடகம். "பரப்பிரம்மம் "நாடகம், ஏராளமான வசூல். தென்னாட்டின் நடிப்புத் துறையிலே புதிய காவியம்

தீட்டிய செம்மல் சிவாஜி கணேசனும் மற்ற நண்பர்களும் நடித்தார்கள். இரவு நாடகத்தை முடித்துவிட்டு மறுநாள் திருச்சி சுற்றுப் பயணத்தைத் துவக்கவேண்டிய முக்கியத்துவம் கருதி ஆகாய வழியைத் தேர்ந்தேடுத்தோம்.

விமானத்தில் பிரயாணிகள் எதை எதை எண்ணிக் கொண்டிருந்தார்களோ தெரியாது; நானும் சத்தியும் மேலிருந்தபடியே பூமியை நோக்கினோம். பச்சைப் பட்டாடை உடுத்திய திராவிடத் திருமாதா தன் நதிக் கரங்களால் உழவர் பெருமக்களை சீராட்டிப் பாராட்டிக் கொண்டிருந்தாள். கம்பீரமான தோற்றம் கனிவு நிறைந்த கண்கள் - கருணை பொழியும் வதனம் எழிலாடும் எங்கள் தாய்க்கு அணிகலன்களாக இருந்தன என்றாலும் தாயின் முகத்திலே குறுமறுக்கள் கிளம்பியிருப்பதாகத் தெரிந்தன. கோயில்களின் உயர்ந்த கோபுரங்கள், எங்கள் தாய், அடிமைப்பட்டவள் என்பதை எண்ணினோம், கண்களிலே குளம்! அன்னையின் நிலை கண்டு ஆகாயத்திலிருந்தபடியே நாங்கள் இருவர் தான் அழுகிறோமா என்று திரும்பிப் பார்த்தோம்.

பக்கத்திலே ஒரு பாவையும் அகம் அழுவதை முகத்தால் காட்டிக்கொண்டிருந்தாள். விமானப் பிரயாணிகளை உபசரிக்கும் பொறுப்புவாய்ந்த அலுவலில் ஈடுபட்டிருக்கும் அந்த இளநங்கை ஏனிப்படி வாட்டமாயிருக்கிறாள் என்பது முதலில் புரியத்தானில்லை. பிரயாணம் செய்பவர்களுக்கு அலுப்பு தெரியாமல் அச்சம் தோன்றாமல் விபத்துகளைப்

பற்றிய எண்ணம் வராமல் கண்ணியமான புன்னகை காட்டி பவ்யமாக பத்திரிகைகளை நீட்டி - பழரசம் தந்து, பணி சில புரிந்து பாதுகாத்திட வேண்டிய பதவியிலுள்ள அந்தப் பாவை ஏனிப்படி. துன்பக் கேணியில் தள்ளப்பட்டிருக்கிறாள் என்ற கேள்விக் கணைகள் என்னைவிட அதிகமாக என் நண்பர் சத்தியைத் துளைத்தெடுத்தன. "என்ன சார் விஷயம்" என்று அவருக்கே இயல்பான துடிப்பு நிறைந்த சொற்களால் என்னைக் கேட்டார். கேட்டார். கேட்டுக்கொண்டேயிருந்தார். பிறகு அவரே, காரணத்தை எனக்கு விளக்கிடும் அளவுக்குத் தெளிவும் பெற்றார். அவளது சிவந்த கரங்களிலே சில கடிதங்கள் இருந்தன, நான் கடிதமென்று சொல்கிறேன்; அதை அவள் பொற்சுரங்கமென்டாளோ; புதையல் எடுத்த தனமென்பாளோ நானறியேன். ஏனெனில். அவைகள் அவள் காதலனின் கடிதங்கள். எங்கேயோ தூரத்திலிருந்திருக்க வேண்டும் அந்தத் துடியிடையாளைத் துணைவியாகப் பெற்றிடத் துடித்தவன். அவன்தான் இப்போது அவளிடம் அந்தப் பழைய ஓலைகளின் மூலம் பேசிக் கொண்டிருக்கிறான்.

நினைவு எத்துணை இன்பமான வேதனை அளிக்கக்கூடியது. அதற்கு அவள்மட்டும் விதிவிலக்கா? அவள் கையிலே பழைய கடிதங்கள். நெஞ்சிலே புதிய புயல்கள்.

அதுபோலத்தான் எங்கள் நினைவிலே தமிழரின் பழைய வரலாறுகள். நிலைமையோ பூகம்பம் எரிமலை பிரளயம்! மாசறு பொன்னே! வலம்புரி முத்தே! காசறு விரையே!

கரும்பே தேனே! என்ற விதத்தில் வர்ணிக்கப்பட்டிருக்கும் காதலனின் கடிதத்தில்!

பொன்னும் முத்தும், பொதிகைச் சந்தனமும், எகிப்துக்கும், ஏதென்சுக்கும் ஏற்றிச்செல்லப்பட்டன. என்ற கதையைச் சொல்லும், கடிதமாகக்கூட ஆகும் பாக்யம் பெறாத தமிழர் முன்னாள் பெருமை.

"மலையிடைப் பிறவா மணியே என்கோ, யாழிடைப் பிறவா இசையே என்கோ," என்ற கருத்திலே காதல் பண் பாடியிருப்பான் கடிதம் தீட்டிய அவள் காதலன்.

அக்பர் நுழையா அவனியே யென்கோ,
கனிஷ்கர் நுழையா தரணியே யென்கோ,
என்ற புகழ்ச் சிந்தை ஆயாசத்தோடு பாடினோம் நாங்கள்,

பிரிந்தோம் கூடுவோம் என்று பேசியிருக்கும் அந்தக் காதல் கடிதம்.

"கூடாதாரோடு கூடினோம் பிரிவோம்'' என்று பெருமூச்சால் சொல்லிக்கொண்டோம் நாங்கள் - ஆம்; திராவிடம் தனித்திடவேண்டும் என்ற இயக்கத்தின் படை வீரர்களாகச் செல்லும் நாங்கள்.

ஆகா - நாங்கள் - என்று சொல்லிக்கொள்வதிலே இப்போது எவ்வளவு பெருமையிருக்கிறது. நாடு காத்திடும்

அணிவகுப்பில் நாங்களும் பெயர் தந்தோம். நாங்களும் என்பது எத்தகைய உணர்ச்சியோடு சொல்லப்படுகிறது தெரியுமா? விளக்கமுடியாத உணர்ச்சி விடுதலை வீரர்களால் மட்டுமே அனுபவித்து உணர்ந்திடக்கூடிய உணர்ச்சி, சோக நிலையிலுங்கூட அந்தப் பெண்மணி புதன் அலுவலை கடமையை சரிவரத்தான் செய்தாள். அதுபோலவே நாங்களும் கடமையைச் செய்ய சிறகடிக்கும் புளுக்களாகப் பறந்துகொண்டிருந்தோம்.

மேகங்களை மிரண்டோடச் செய்தபடி பறந்துகொண்டிருந்த விமானம் திடீரென்று பயந்து விடாதீர்கள் விபத்து ஒன்றுமில்லை - திருச்சி எல்லையைத் தொட்டுவிட்டது. திருச்சியிலே மத்திய சிறைச்சாலையிருக்குமிடத்திற்கு அருகாமையிலே தான் விமான நிலையமும் இருக்கிறது. போராட்டத்திலே ஒரு வேளை கைது செய்யப்பட்டால், நாம் வரவேண்டிய இடம் அருகிலேதானிருக்கிறது என்று பேசிக்கொண்டே இறங்கினோம். இருவர் எங்களை இன்முகங் காட்டி எதிர்கொண்டழைத்தனர். திராவிடப் பண்ணை முத்துகிருஷ்ணன், திருச்சி செயலாளர் மணி - இருவரும்! அந்த இருவரையும் உங்களுக்கு அறிமுகப்படுத்த வேண்டியது இன்றியமையாதது.

இந்த எழுத்துக் குவியலில் இடம்பெறும் அத்தனை தோழர்களையும் பற்றி விவரிப்பதென்றால் ஏடு கொள்ளாது. ஆயினும் அது தேவையான பயன்படத்தக்க ஒரு முயற்சியென்று கருதி - ஆங்காங்கே அவர்களின் பெயர்கள்

குறிப்பிடப் படும்போது அவர்களின் தூய தொண்டு பற்றிய பெருமைமிகு புகழ்க் கவிதைகளின் முதல் அடியையாவது தொட்டு விட்டுப்போக விரும்புகிறேன்.

குட்டையான உருவமும் குறுஞ்சிரிப்பால் மற்றவரைக் கவரும் தன்மையும் - கண்டிப்பாக எதையும் பேசிடும் நாவும், எதிரி கொஞ்சம் சிரித்துப் பேசினால் இளகிவிடும் உள்ளமும் கொண்டவர் திராவிடப் பண்ணை முத்துகிருஷ்ணன். அவ்வளவு இளகிய மனம் படைத்தவர். அழகான முறையில் புத்தகங்களை வெளியிட அக்கிரகாரத்தினருக்குத்தான் தெரியும் என்ற நிலைமையைத் தனது பண்ணை மூலம் சுக்கல் சுக்கலாக உடைத்தெறிந்தவர். அண்ணாவின் எழிற் காவியங்களுக்கு மெருகூட்டித் தந்தவர், பதிப்பகம் வாயிலாக! அத்தகையவர் தனது வியாபாரத்திலேயே கவனம் செலுத்தியிருந்த காலம் ஒன்றிருந்தது. மிக விரைவில் கழகத் தொண்டராகி மேதாப் என்ற வடநாட்டு மந்திரி வந்தபோது கருப்புக்கொடி காட்டி, சிறைப்பட்டு, போலிசாரால் தாக்கப்பட்டு, பின்னர் திருச்சியிலே கழக முதல்வர்களிலே ஒருவராக ஆகிவிடக்கூடிய அளவுக்கு வளர்ந்துவிட்டார் - இல்லை கழகத்தின் கண்ணியமான கொள்கைகள் அவரை இழுத்து வந்துவிட்டன. முக்கியமான பொறுப்புக்களை ஏற்றுக் கொள்ளாவிட்டாலும், திருச்சி கழகத்திற்கு முடிந்த அளவு தொண்டும், சிறு சிறு பண உதவிகளும் கழக வளர்ச்சி பற்றிய ஆக்கவேலைக் குழுவின் ஆலோசகராக யிருந்து காரியமாற்றும் உதவியும், அவரால் தவறாது கிடைத்து வருகிறது.

அழைக்க வந்தவரில் இன்னொருவர் எம். எஸ். மணி. அவரை முன்பெல்லாம் எனக்கு அவ்வளவாகப் பிடிக் காது. காரணம்; நான் எப்போது திருச்சி சென்றாலும், திராவிடப் பண்ணையின் மாடியிலிருந்த கழக அலுவலகத்தில் அமர்ந்து கணக்குப் பார்ப்பதும், கடிதங்கள் எழுதுவதும், ஆகிய இந்த வேலைகளை அவருக்கே உரித்தான சுறுசுறுப்போடு செய்துகொண்டிருப்பாரே தவிர என்னோடு சரியாகக்கூடப் பேசமாட்டார். பிறகு திருச்சி கழகத்திலே எனக்குத் தொடர்பு வலுப்பட, வலுப்பட, தோழர் மணி எனக்கு மிகவும் பிடித்தமானவராகிவிட்டார். கடமையிலே அவருக்கிருந்து கருத்தும், அதற்காக அவர் எடுத்துக்கொண்ட சிரமங்களும், என் அனுதாபத்தை என்னை அறியாமலே பெற்றுக்கொண்டுபோய் மணியின் கழுத்தில் மாலையாக்கிப் போட்டன. பத்துநாளோ - இருபது நாளோ - குடும்பத்தைப் பற்றிக் கவலைப்படாமல் கட்சிப் பணிகள் புரிந்தபடியிருப்பார். திராவிடப் பண்ணையின் மாடியிலே தலையணைகூட இல்லாத நிலையில் சுருண்டு படுத்திருப்பார். அவரது மகன் பெயர் மறந்து விட்டேன் - நான் "மங்கிணி" என்று கூப்பிடுவேன்; அவன் வந்து நிற்பான்; "அம்மா கூப்பிட்டார்கள்" என்று கூறியபடி ! மாலையில் வருகிறேன் என்று கூறி அனுப்புவார். மாலை வரும். ஆனால் அவர் கழகப்பணி புரிய கிளம்பி விடுவார் வேறு ஊருக்கு ! இப்படி ஒரு இளம் இயந்திரம் திருச்சி கழகத்திற்கு கிடைத்திருக்கிறது. கண்ணாடி அணிந்த கண்கள்! கறுத்த மேனி! கவர்ச்சியான உருவம் ! அவர் தான் மணி! கூட்டத்தில்

பேசிடும் ஆசையும் ஆர்வமும் அதிகம் - அந்த முயற்சியில் வெற்றியும் பெற்று வருகிறார்.

முத்துவும் மணியும் வரவேற்றிட நாங்கள் விமான நிலையத்திலிருந்து புறப்பட்டோம். கார் போய்க் கொண்டிருந்தது. வழியிலே பராங்குசத்தை சந்தித்துப்போக முடிவு செய்தோம். பராங்குசத்தை சந்திப்பதா? அவர் என்ன; விமான நிலையத்துக்கு வரவில்லையா? " என்று திடீரெனக் கேட்கத் தோன்றுகிறதல்லவா அவருடன் பழகிய தோழர்களுக்கு! ஆமாம்; எங்கள் விமானம் இறங்குவதற்குள்ளாகவே; வானத்தில் கொஞ்சதூரம் பறந்து வந்து, கொஞ்சும் குரலில் "வாங்கே! வாங்கே என்று ஏகாரத்தை இழுத்தாற்போல கூவியழைத்திடும், ஆர்வமும், அன்பும் பெற்ற அந்த நண்பரை நாங்கள் சந்திக்கப் போனதற்குக் காரணமில்லாமலில்லை. மாவட்ட மாநாட்டின் ஓயா உழைப்பின் காரணமாக உடற்கூறுகள் நலிவடைந்து, கடுமையான நோய் பிடிக்கப்பட்டு, "பிழைப்பாரா?" என்ற சந்தேகத்திற்கிடையே வைத்திய சாலையில் படுத்திருந்தார் பராங்குசம். "பரா" என்று எண்ணினாலே எனக்கு ஒரு உற்சாகம் இறக்கிறது. ஒரு கள்ளம் கபடமற்ற வாலிபத் தென்றல் என் எதிரே நின்று இதழோரத்தால் சிரிப்பு காட்டி, சிந்தையைத் தடவி ஜீவ காவியம் பாடுகிறது. குறைந்த ஊதியம் பெற்று, குழந்தைகள் நிறைந்த குடும்பத்தைக் காப்பாற்ற வேண்டிய சுமையும், கொள்கை வெறியைத் தணித்திட முடியாமல், ஓயாமல் பணியாற்றிட வேண்டு மென்ற ஆலையும், இந்த இரண்டிற்குமிடையே தன்னுடைய

இளமையை அர்ப்பணித்து எடுத்துக்கொண்ட சிரமங்களும் அவரை ஆம், 'பரா'வை பத்தரை மாற்றுப் பசும் பொன்னாக்கிவிட்டது.

மருத்துவ மனையில் என்னைக் கண்டதும் கண்ணீர் வடித்தார். தன் உடல்கிலை பற்றிய கவலையால் அல்ல! தானும் போர்முரசு தட்ட வரமுடியவில்லையே என்று! "வாளில்லாமல் போரா? 'பரா' இல்லாமல் களமா? என்று நானுந்தான் எனக்குள்ளாகக் கேட்டுக்கொண்டேன். ஆறுதல் படலம் முடிந்தது. பிறகு விடைபெற்று எங்கள் பிரயாணத் திட்டத்தை நிறைவேற்றத் துவங்கினோம்.

முதல் நாள்:

ஜூலை 15-ம் நாள் கழகத்தின் நாள் ஏடு 'நம்நாடு' நேர்மையின் திரு உரு பொன்னம்பலனார் அவர்கள் நிர்வாகத்தின் கீழ் துவக்கப்பட்டது. அந்நாள் முதலேதான். "டால்மியாபுரம்" பெயர் அகற்றும் போராட்ட விளக்கக் கூட்டங்கள், நடைபெறத் துவங்கின. முதல் நாள் முரசம், மணல்மேட்டில் அதிர்ந்தது. மணல்மேடு, அழகான சிறு கிராமம். கண்கவரும் தோப்புகள். அங்கே பண்பாடும் சிறுவர்கள். அரசியல் கொந்தளிப்புகளைத் தொட்டுப் பார்க்கும் வாய்ப்புள்ளவாறு, சேலம் திருச்சி சாலையோரத்திலே அந்த சிற்றூர் அமைந்திருந்தது. மாலை ஆறு மணிக்கெல்லாம் - நான், மணி, முத்து, சத்தி, சிவப்பிரகாசம் எல்லோரும் அந்த ஊருக்குச் சென்றுவிட்டோம். இங்கே உங்களுக்கு அறிமுகமாகும்

சிவப்பிரகாசம் இளமை முதல் எனக்குத் தெரிந்தவர். இவரும் இப்படி வருவாரா!" என்று நான் எண்ணும் விதத்தில், இயக்கத்தில் தீவிரப் பங்கு பெற்றவர். "தீப்பொறி" ஏட்டின் இணையாசிரியர், நல்ல இளைஞர். சேலம் கல்லூரி மாணவர். B. A., பட்டதாரி. அவரும் அன்று பேசினார். கூட்டம் நல்ல வெற்றி. மணல்மேடு கழகத் தோழர்களிருக்கிறார்களே: அப்பப்பா எத்துணை சக்தி வாய்ந்த இளைஞர்கள்! ஆர்வத்தின் சின்னங்கள் இயக்கத்தின் பொன் கதிர்கள். அவர்கள் ஓடியாடியதும் உற்சாகப் பண் பாடியதும் நெஞ்சை விட்டகலா நிகழ்ச்சிகள்! அறப்போர் அறிவிப்பின் முதற்கூட்டம் முழு வெற்றியுடன் முடிவுற்றது. அந்த வெற்றிக்கெல்லாம் சிகரம் வைத்தாற் போல, மணல்மேட்டிற்கு சுற்று வட்டாரத்திலேயுள்ள சித்தூர் முதலிய ஊர்களின் திராவிடக் கழகத் தோழர்கள் நம் நிழலிலும் அவர்கள் நிற்பதாகாது என்ற தலைவரின் கட்டளையை நிந்தாஸ்துதியாக நினைத்து, எமக்கு மாலை சூட்டி மகிழ்ந்தனர் கழகத்தின் சார்பாக!

அந்த சிறிய ஊராம் மணல்மேடு சரிந்துவிடுமோ என்கிற அளவுக்கு பல்லாயிரக்கணக்கான மக்கள் வந்து குழுமினர். கண்டனர் கேட்டனர் பயன் பெற்றனர். பலமும் தந்தனர் இரவு உணவை முடித்துவிட்டு, - முசிறி வழியே வந்து, ஆங்கு தோழர்களை சந்தித்துப் பேசிவிட்டு சரியாக 1-30 மணிக்கு திருச்சி மீண்டோம்.

அடுத்த நாள்:

மணப்பாறையிலே கூட்டம். அதற்காகப் புறப்பட்டுக் கொண்டிருந்தோம். அப்போது மாவட்டத்தின் செயலாளர் அம்பில் தர்மலிங்கம் வந்து சேர்ந்தார். அம்பில் என்பது திருச்சி மாவட்டத்திலே உள்ள ஒரு சிற்றூர். மைலூர் பஞ்சாயத்து, அங்கே ஒரு உயர்நிலைப் பள்ளியும் உண்டு. அம்பில் என்று சொன்னால் நமது இயக்கத்தினருக்கு அந்த ஊரின் பெயர் ஞாபகம் வராது. தர்மலிங்கத்தின் பெயர்தான் எதிர் வந்து நிற்கும். அம்பில் வந்தார் போனார் என்றே எல்லோரும் பேசுவார்கள். வந்தார் போனார் என்கிறேனே; அதிலேகூட அர்த்தம் இருக்கிறது. ஒரு இடத்தில் சில மணி நேசங்கள் அவர் இருப்பது கஷ்டமான காரியம். அவ்வளவு வேலை அவருக்கு, வந்தார் போனார் என்றே எல்லோரும் பேசுவர், நான் அவரைத் தேடிக்கொண்டிருப்பேன்; என்னிடத்தில் வந்தே அவரைக் கண்டீர்களா எனக்கேட்பார்கள். இயக்கக் காரியங்கள் மட்டுமல்ல; மற்றவர்களுக்கும் நலம்பயக்கும் ஒத்தாசைகள் புரியவேண்டுமென்பதிலும் அதற்காக அலைவதிலும் முயற்சி எடுப்பதிலும் அலாதியான சுவை அவருக்கு! யாராவது தேர்தலிலே ஜெயிக்க வேண்டுமா? அங்கே அம்பில் இருப்பார் - ஊதியமில்லாமல், கொள்கைக்கு முரண் ஏற்படாமல் ! யாரையும் எளிதில் நம்பிவிடுவார்- அதன் காரணமாக நம்பிக்கை மோசத்திற்கு ஆளாகி பிறகு தன்னையே நொந்துகொள்கிற காட்சி நமக்கே பரிதாபமாயிருக்கும். லால்குடி மாநாட்டிலே ஏறத்தாழ ஏழாயிரம் ரூபாய் மிச்சப்படுத்தி அந்த மாநாடு ஒரு எழுச்சி

ஏடு - என்ற மதிப்புரையை மாவட்டத்திற்குத் தந்த பெருமை தோழர் அம்பிலை தலைவராகப் பெற்ற வரவேற்புக் குழுவிற்குத்தான் சாரும். என்னைப் பொருத்த வரையிலே அம்பில் எனக்கு ஒரு விளையாட்டுக் கருவி - விபரீதம் புரிவோரை வீழ்த்தும் வேல் கழகத்துக் கோர் படை! திருச்சி மாவட்டத்திற்கோர் பாசறை! குள்ளமான உருவம் குமிழ்க் கண்கள் கள்ளமில்லா நெஞ்சம் அவர் தான் அன்பின் - இல் - அம்பில் !

அவர், நான், மணி, சத்தி, முத்து, சிவப்பிரகாசம், மாணிக்கம், ஆகியோர் மணப்பாறை கூட்டத்திற்குப் புறப்பட்டோம்.

மணப்பாறைக்குள் நுழைந்தோம். செங்கொடித் தோழர்கள் (ஜிந்தாபாத்) என்னும் முழக்கத்துடன் சிறு ஊர்வலமாகச் சென்றார்கள், அன்றையதினம் மணப்பாறையில் நடந்த பஞ்சாயத்து தேர்தலில் வெற்றிபெற்ற கம்யூனிஸ்ட் தோழரை அவர்கள் வாழ்த்திக்கொண்டு சேன்றனர். ஊருக்குள்ளே சென்றோம். நமது கழகம் ஆதரவு தந்த தனபால் என்பவரும் பஞ்சாயத்துத் தலைவராக வெற்றி பெற்றுவிட்டார் என்ற செய்தி கிடைத்தது. மணப்பாறை பஞ்சாயத்து போர்டில் மட்டுமல்ல; சென்னை மாநில முழுமையுமே அதிகப்படியான இடங்களிலே கழகத்தின் முன்னணித் தோழர்களும், கழக அனுதாபிகளும், கழகச் செயலாளர்களும், பஞ்சாயத்து போர்டுகளில் அங்கம் வகிக்கும் வாய்ப்பைப் பெற்றிருக்கின்றனர், பொதுத் தேர்தலுக்குப் பிறகு, பொல்லாதவர்களுக்கு நாடு வழங்கிய நல்ல தீர்ப்பு அது.

வெற்றிச் சேதியுடனே சென்ற எங்களை - இளமுருகனாரும், பொற்செல்லி அம்மையாரும், கழகத் தோழர்களும் வரவேற்றனர்.

பொறசெல்வியும் இளமுருகும் காதற் கலப்பு மணம் புரிந்தவர் என்பதும், "காதலிலே கவிதையிலே களம்போகும் பேச்சு, கணவனுக்கும் மனைவிக்கும் திராவிடமே மூச்சு" என்ற கவிதைக்கு இலக்கண மாணவர்கள் என்பதும் நாடறிந்த ஒன்று. ஊரிலே பல இடங்களில் கொடியேற்று விழா ஏற்பாடு செய்யப்பட்டிருந்தது.

ஒரு மாடி வீட்டிலே மாடியின் உச்சியிலே கழகக் கொடியை ஏற்றிவைக்க என்னை அழைத்தர்கள், கொஞ்சம் ஆச்சரியத்தோடு நான் தோழர் இளமுருகுவைப் பார்த்தேன் அவர் சொன்னார் இந்த விட்டுக்காரர் புதிதாகக் கட்சிக்கு வந்துள்ள வாலிபர் - பிரபல காங்கிரஸ் வாதியான பொன்னம்பலக் கவுண்டர் இவருக்கு சித்தப்பா லால்குடி மாநாட்டிற்குப் பிறகுதான் இவருக்குக் கட்சிப் பற்றே ஆரம்பம் என்றெல்லாம்.

பிறகு கொடியேற்று விழாக்கள் ஊர்வலம் முஸ்லிம் நண்பர் தலைமையிலே மாபெரும் பொதுக்கூட்டம் எல்லாம் இனிது நடைபெற்றன. பின்னர் அந்தக் கட்சிக்குப் புதியவர் வீட்டிலே சாப்பாடு கட்சிக்குப் புதியவர் எங்களோடு பேசவே நாணமடைந்தார். நானும் நண்பர் சத்தியும் அவரைப்

பார்த்தபோது ஒருவருக்கொருவர் ஆச்சரியப்பட்டுக் கொண்டோம் - அதைவிட ஒரு பெரிய ஆச்சரியத்தை அவர் எங்களுக்கு உண்டாக்கி விட்டார் - லால்குடி. மாநாட்டுக்குப் பிறகு கட்சிக்கு வந்த அந்த இளந்தோழர் - கல்லக்குடி போராட்டத்துக்கு முதல் நாள் இரவு இரண்டரை மணிக்கு தொண்டர் முகாமில் என்னையும் படைவரிசையில் - அதுவும் முதல் படையில் சேர்த்துக்கொள்ள வேண்டுமென்று துடியாய்த் துடித்தார்! வயதான தாய் - இளம் மனைவி தன்னைத் தவிர வேறு யாரும் துணையில்லாத வீடு எதையும் பற்றிக் கவலைப்படாமல் "எழுதிக்கொள்க என் பெயரையும் அணி வகுப்பில் " எனக் கர்ச்சித்திடுகின்றார் அந்தக் கட்சிக்குப் புதியவர் - கறுத்த மேனியும், சிரித்த முகமும் படைத்தவர் - கழகத்தின் கண்களான கண்ணியம் - கட்டுப்பாடு இரண்டையும் பெற்றவர். படையில் இடம் பெற்றார் சிறையில் ஆறுமாதப் பரிசும் பெற்றார் எங்கள் ஐவரில் ஒருவர்- கஸ்தூரி ராஜ் என்னும் கட்சிக்குப் புதிய காளை! அவருடைய விருந்துபசாரத்திற்கு நன்றி தெரிவித்துக் கொண்டு இரவு திருச்சிக்கு இரண்டு மணிக்கு வந்தோம், தூக்கத்தையும் வருந்தி அழைத்தோம்.

மூன்றாம் நாள் :

அம்பிலில் ஒரு நாடகம் நடைபெற்றது. அதற்குத் தலைமையேற்றதோடு கல்லக்குடி போர் பற்றிய விளக்கவுரையுமாற்றி போராட்டத்திற்கு ஆதரவு தருகிறோம் என்று வாக்களித்த பொதுமக்களைப் பாராட்டி இரவே திருச்சி

திரும்பினோம். மறுநாள் ஜூன் மாதம் 18-ம் நாள் குளித்தலையிலே கூட்டம். கூட்டம் மாத்திரமல்ல டால்மியாபுரம் போராட்ட செயற்குழுவும் அங்கு கூடுவதாயிருந்தது. அந்த செயற்குழுவின் முடிவை திருச்சி மாவட்டம் மட்டுமல்ல; திராவிடமே எதிர்பார்த்த படியிருந்தது. அதிலேதான் போராட்ட தேதி குறிக்கப்படும் என்ற செய்தி பரவிற்று, மாலை 4 மணிக்கு செயற்குழு உறுப்பினர்கள் நான், அம்பில், மணி, இளமுருகு, தம்புசாமி, மாணிக்கம், குளித்தலை சாசா-ஆகிய ஏழுபேர் இரண்டு மணி நேரத்திற்கு மேலாக போராட்ட சூழ்நிலைகளைப் பற்றி யோசித்தோம். வெளியிலே ஏராளமான தோழர்கள் குழுவின் முடிவை ஆவலோடு எதிர்பார்த்த வண்ணமிருந்தனர். பொதுக்கூட்டத்தில் வெள்ளமெனத் திரண்டிருந்த பல்லாயிரவரும் குழுவின் முடிவைச் சொல்ல எப்போது வருவார்கள் என்று வழிமேல் விழிவைத்துக் கிடந்தனர். நம் கோரிக்கை கவனிக்கப்படாவிட்டால் ஜூலை மாதம் 15-ம் நாள் போரட்டத்தைத் துவங்குவதாகவும், அதற்குப் பொதுச் செயலாளர் அண்ணுவின் அனுமதியைக் கோருவதாகவும், தீர்மானிக்கப்பட்டது செயற் குழுவில் என்ற செய்தியைச் சொன்னதும் கூடியிருந்தோர் ஆடியதும் பாடியதும் அடடா நேரில் தான் - காணவேண்டும் வார்த்தையேது வர்ணிக்க! "போர்" என்றேன் - புறப்பட்டோம் என்றார்கள் விழியால்!

"ஜூலை 15" என்றேன் அவ்வளவு நாளா என்றார்கள் பெருமூச்சால்!

திராவிடர் இன எழுச்சிப் பெரும்படையின் முதற்களம் அமையும் வாய்ப்பை 'கல்லக்குடி' பெற்றது என்றாலும் நாள் குறித்த இடம் என்ற பெருமையை குளித்தலை பெற்றுவிட்டது. குளித்தலை இன்பம் கொஞ்சும் பேரூர்.

சிந்துபாடும் காவிரியின் ஓரத்திலே செழிப்பை சுமக்க முடியாமல் சேரன் ஏற்றிய கல்லைத் தூக்க முடியாமல் தலைகுனிந்த கனகவிசயர்களைப் போல வளைந்து நிற்கும் வாழைமரச் சோலைகள். வளம் நிறைந்த பூமிகள் வாட் கண்ணும் வற்றாத வீரமும் படைத்த மறவர்கள் உலவும் வீதிகள்.

குளிரை இன்பமென்றும் கூறுவர். குளிர்தழைத்த இடந்தான் குளிர்த் தழையாகி குளித்தலையாகி விட்டதோ என்னவோ என்று ஐயுறும் வகையில் அமைந்த நல்லூர். திராவிடத்தில் எத்தனையோ குளித்தலைகள் இருக்கின்றன ஆனால் அதை உணர முடியாமல் குருவித்தலை படைத்தவர்களும் சிலர் இருக்கிறார்களே என்பதை எண்ணும் போது, குளித்தலைகளிலே கொள்கை உரம் பெற்ற ராஜா "சோழகர்களும்" முத்துகிருஷ்ணர்களும் இருக்கிறார்கள் என்ற நினைப்பும் வருகிறது. இனிப்பும் தருகிறது. எதையும் முடியாது என்று சொல்லமாட்டார். அப்படிச் சொல்வது மற்றவரைப் புண்படுத்தும் என்று கருதுவார். எதிர்ப்புகளை அலட்சியப்படுத்தி தூசியாக உதறிவிட்டுப் போகும் துணிவு

கொண்டவர். சோழகர் குடும்பம் என்று சிறப்புப் பெற்ற சூரர்கள் குடும்பத்துச் செல்வர் தோழர் ராஜா.

இயக்கத்தின் வளர்ச்சிக்காக தக்கது ஏதாவது செய்யவேண்டும் என்று எப்போதும் - எந்நேரமும் எண்ணிடும் சீலங்கொண்டவர் தோழர் முத்துகிருஷ்ணன். இந்த இருவரை மட்டுமின்றி எண்ணிறந்த தோழர்களை வீரர்களாகப் பெற்றிருக்கிறது குளித்தலை. குளித்தலை போன்ற பல ஊர்கள் இருக்கின்றன. உழைத்திடும் உத்தமர்களும் உரம் வாய்ந்த உள்ளங்கொண்டோரும் நிறைந்து கிடக்கும் பட்டி தொட்டிகள் பல உண்டு. அவைகள் எல்லாம் நமது பாசறை ஆகவேண்டும். சில பாசறைகளில் போர்க்கருவி அதிகமிருக்கும். அதைக் கையாள வீரர்கள் குறைவாயிருப்பார்கள். வீரர்கள் அதிகமாகவும் போர்க்கருவி குறைவாகவும் உள்ள பாசறைகளும் உண்டு. கருவிகளை அதிகமாக்கவும். கருவிக்கேற்றபடி வீரர்கள் தொகையைப் பெருக்கவும் அந்தந்த ஊர் முன்னணி வீரர்கள் முன்வரவேண்டும். போர்க்கருவி யென்றதும் இந்த அசகாய சூரத்தனம் வாய்ந்த அரசாங்கம் பயந்துவிடப்போகிறது - அது பயப்படா விட்டாலும், "பலாத்காரவாதி" என்ற பட்டத்தை நமக்கு சூட்ட, பகிரங்கப் பலாத்காரக் கட்சிகள் பறை சாற்றிவிடப் போகின்றன! போர்க் கருவிகள் என்று கழக உறுப்பினர்களையும், வீரர்கள் என்று செயற்குழு உறுப்பினக்களையுந்தான் குறிப்பிடுகிறேன். அச்சத்தால் அல்ல! அரசியலில் கடைப்பிடிக்க வேண்டிய கண்ணியத்தால்!

வெஞ்சமர் வராத நேரத்திலும் வீரர்களுக்கு பாசறைகளில் வேலையுண்டு! வேலின் கூர்மையை மழுங்காமல் பார்ப்பதும் - வாளின் வலிமையை சோதித்துப் பார்ப்பதும்- பயிற்சி பெறுவதும் படையைப் பெருக்குவதும்- இன்னோரன்ன பல! இதே போன்ற கடமைகளில் கழகம் பாசறைகளும் ஈடுபட வேண்டும்,

அறப்போர்களில் கலந்துகொள்ள மட்டுமே வீரர்களின் பட்டியல் பெருகவேண்டு மென்பதல்ல, ஆக வேலைகள் பல இருக்கின்றன அவர்களுக்கு, கழகத்தின் பெயரால் நடத்தப்படும் அல்லது கழகத்தின் தலைமையிலிருந்து அறிவிக்கப்படும் ஆக்க வேலைகளில் மட்டுமே கலந்து கொள்ள வேண்டுமென்பதுமல்ல; நகரத்து மக்களுக்கு ஏற்படும் அரசியல் கலவாத இடையூறுகளில் கூட பொதுநலத் தொண்டு புரியும் பண்பு, கழக வீரர்களுக்கு ஏற்பட வேண்டும். அத்தகைய படைகளை பட்டினங்களிலும், குக்கிராமங்களிலும் பெருகிடவேண்டும். கழகக் கொள்கைகட்கு குந்தகம் விளையாத முறையிலே- கழக வீரர்களிடத்திலும் கழகத்திடத்திலும் மக்கட்கு அன்பு வளர்கின்ற அளவிலே அந்தந் தொண்டு செய்யும் தன்மை தொடர்ந்திட வேண்டும்.

"மக்களைக் கவர்ந்திட" என்கிற வலை வீச்சாக அத்தகைய தொண்டு இருத்தலாகாது என்பதையும் மறந்திடக்கூடாது. அது போன்ற கண் துடைப்புகள் ஹரிஜன இயக்கம் போன்ற பெயர்களால் கதர்சட்டைக் காரர்கள் நடத்தும் நாடகங்கள்.

திராவிடநாடு பெற உழைக்கிறோம். திராவிட மக்களுக்காக திராவிட நாடு கேட்கிறோம். திராவிட மக்களின் தினசரி வாழ்விலும் இயன்ற அளவு அக்கரை காட்டிட வேண்டும். தினசரி வாழ்விலே ஏற்படும் அல்லல்களையெல்லாம் தவிர்த்திடத் தான் திராவிடம் பிரிய வேண்டும் என்று சொல்கிறோ மென்றாலும் - உதாரணமாக, ஒரு வீட்டிலே நெருப்பு பிடித்துக்கொள்கிறது என்று வைத்துக்கொள்வோம். அதற்கு நாம், இதுபோன்ற தினசரி வாழ்வுப் போராட்டங்கள் திராவிடம் பிரிந்தால் வராது என்று கூறிக் கொண்டு சும்மாயிருக்க முடியுமா? தீயை அணைக்க ஓடிடத்தான் வேண்டும். அப்படி ஓடிட ஒவ்வொரு ஊரிலும் ஒரு படையிருக்கவேண்டும். தீ அணைக்கும் படையையும் மிஞ்சிடும் தீரர் படையாக அது இருக்க வேண்டும்.

அநாதையாக ஒருவன் இறந்துகிடக்கிறான் - ஒருவன் என்ன - இந்த உத்தமர்கள் (?) ஆட்சியிலே தான் ஓராயிரம் பேர் அப்படி சாவார்களே பஞ்சாயத்து போர்டோ, நகரசபையோ அந்தப் பிணத்தை தூக்கலாமா கூடாதா என்று தீர்மானத்தை ஓட்டுக்கு விடுவதற்குள்ளாக. ஆகவேண்டிய காரியங்களை அமைதியாகவும் சட்ட வரம்பிற் குட்பட்டும் கவனித்திடும் நமது படை உடனே புறப்பட வேண்டும்.

ஊரிலே காலரா வரும்! எப்போதாவது, காங்கிரஸ் மந்திரிகள் வருவர்! காலரா வந்தால் தடுத்திடவும் காங்கிரஸ் மந்திரிகளுக்கு கருப்புக்கொடி காட்ட கழக உத்திரவு

இல்லாவிட்டால் அவர்களைக் கண்டு கிராம நிலைமைகளை உரைத்திடவும் நமது படை தயாராயிருக்க வேண்டும்.

தொத்து நோய்களை விரட்ட, துஷ்ட தேவதைகளுக்குப் பூஜைபோட சிலர் கிளம்புவர் அவர்களைப் பழிப்பதுடன் அமர்ந்துவிடக்கூடாது! சுகாதார உத்தியோகஸ்தர்களின் உதவியுடன் கிராமங்களை சுற்றிச் சுற்றி அலைந்து - சூறை நோயிலிருந்து மக்களைக் காப்பாற்ற நமது படை புறப்பட வேண்டும்.

கழகத் தோழர்கள் முயற்சியால் சுகாதார இலாகாவின் வேலைகளால் நோய் ஓடிவிடும். காக்கை உட்கார பனம்பழம் விழுந்தது என்ற கதைபோல - காளிக்கு பூஜை செய்தோம் காலரா ஒழிந்தது என்பார்கள் அவர்கள் நீங்கள் சீறி விழவேண்டாம் - சிரித்தால் போதும் - நீங்கள் பேச வேண்டியதில்லை. உயிருக்கு மன்றாடி ஊசி போட்டுக் கொண்டபின் பிழைத்துக் கொண்டவன் இருக்கிறானே; அவன் அவர்களிடம் பேசிக்கொள்வான் - கையில் கட்டப்பட்ட மஞ்சள் கயிற்றை அவிழ்த்து எறிந்துவிட்டு!

இப்படிப் பல முனையிலும் பணிபுரியும் படைவீரர்கள் கிராமாந்திரத் தெருக்களிலே நடைபோட வேண்டும். அப்போதுதான் சுதந்திர திராவிடம் தன்னைத்தான் காப்பாற்றிக்கொள்ளும் வலிமை பெறும்.

எங்கேயோ என்னையும் உங்களையும் அழைத்துக் கொண்டு போய்விட்டது குளித்தலை. சரி சாப்பிடுவோம் சாப்பாடு முடிந்தது. திருச்சிக்குப் புறப்பட்டோம். வழக்கம்போல இரண்டு மணியாயிற்று படுக்கையில் விழுவதற்கு!

ஜூன் 19

1946ம் ஆண்டில் பெரியதோர் சதிவழக்கில் நமது இயக்க நண்பர்கள் சிக்கவைக்கப்பட்டு சிறையிலே கிடத்தப்பட்டனர். அவர்களை மீட்டிட வழக்கு நடத்துவதற்காக அறிஞர் அண்ணா அவர்கள் பெருமுயற்சி எடுத்தும் கொண்டார்கள். அப்போதெல்லாம் நாம் திராவிடர் கழகமாக இருந்தோம். அந்த வழக்கிற்கு துணை புரிய திராவிடர் கழகத்தின் அதிகாரபூர்வமான அறிவிப்பு இல்லாவிட்டாலும்கூட அண்ணாவும் மற்றும் சிலரும் தனியாக முயற்சியெடுத்து திருச்சியிலே நீதிதேவன் மயக்கம் நாடகத்தை நடத்தி தானே நடித்து ஐயாயிரம் ரூபாய்க்கு மேல் அந்த வழக்கின் நிதிக்காக அளித்தார். அய்யா அண்ணா தகராறு என்று அப்போது பேசுவார்களே அந்த தகராறுக்கு இந்த வழக்கு ஒரு காரணம், இத்தகைய பிரசித்தி பெற்ற வழக்கிற்குத்தான் கரூர் கலவர வழக்கு என்று பெயர்.

அந்தக் கரூரிலே ஜூன் 19ல் "டால்மியாபுர விளக்கக் கூட்டம்" ஏற்பாடு செய்யப்பட்டிருந்தது. எங்கள் குழுவும் கரூர் வந்து சேர்ந்தது அன்றைய தினம் எங்களுடன் இன்னொருவர் வந்து சேர்ந்து கொண்டார் நமது மாநாடுகளிலும், பொதுக்

கூட்டங்களிலும், இசை நிகழ்ச்சிகளிலும் இருவர் பெயர் அடிபடுமல்லவா - இசை முரசு அனிபா - இன்னிசைச் செல்வர் செல்லமுத்து. இருவரில் ஒருவரான செல்லமுத்து அன்று முதல் சுற்றுப்பயண நிகழ்ச்சிகளில் கலந்துகொண்டு கூட்டத் துவக்கத்திலும் சரி - எங்கள் பிரயாணத்தின்போதும் சரி - சங்கீதத் தென்றல் வீசி வந்தார். சுறறுபபயணங்களின் போது செல்ல முத்து கூட இருந்தால் சுவைக்கும் குறைவில்லை - சுறுசுறுப்புக்கும் குறைவில்லை. அவ்வளவு பொறுப்புடன் காரியங்களை கவனித்துக்கொண்டு நம்மையும் களிப்புக் கடலில் ஆழ்த்திடும் கருவியாகவும் அமைவார். அவர் கரூர் கூட்டத்திலே இசை மழை பொழிந்தார். பின்னர் நாங்கள் பேசினோம். ஏறத்தாழ முப்பதாயிரம் மக்களுக்கு மேற்பட்ட பெருங்கூட்டம். கரூர் என்றால் கலவர வழக்கு நினைவுக்கு வருவது போலவே - நண்பர் கரிகாலனும் எதிர் வந்து நிற்பார். செயல்வீரர் முருகேசனும் கண்ணில் தோற்றமாவார் பெரியார் உணவு விடுதி நண்பர்களும் பிரியமுடன் எதிர்வருவர்.

இவ்வளவு மெலிந்த நிலையில் துரும்பான உடம்பை வைத்துக்கொண்டு இந்தக் கரிகாலன் இப்படிப் பம்பரம் போல் சுற்றி பகுத்தறிவுப் பணி புரிகிறாரே: என்று எண்ணந்தான் தோன்றும்.

அடக்கம் தன்னல மறுப்பு - அளவுகடந்த ஆர்வம். அனைத்திற்கும் எடுத்துக்காட்டு போல அன்பர் முருகேசனார்.

அவரும் எம்முடன் திருச்சி சிறையில் இருந்தார். ஒரு நாள் மாலை ஒருவர் என்னிடம் அவசரமாக வந்து "சார், காமராஜ நாடார் வருகிறார் சார்" என்றார். எனக்கு ஆச்சரியமாயிருந்தது, ஒருவேளை ஜெயில் விசிட்டராக வருகிறாரோ என எண்ணினேன். அவ்வளவு அக்கரை அவர் போன்ற பெரிய மனிதர்களுக்கு எப்படி ஏற்படும் என்ற பதிலும் உடனடியாக மனதில் உதயமாயிற்று. எதற்கும் பார்ப்போம் என்று அறையை விட்டு வெளிவந்து பார்த்தேன். காமராஜரைக் காணோம், கரூர் முருகேசனார் வந்து கொண்டிருந்தார். திடீரெனப் பார்க்கும்போது முருகேசன் காமராஜரைப் போன்றவர் தோற்றத்தில்! தோழர்களே "தோற்றத்தில்' என்பதை ஞாபகம் வைத்துக் கொள்ளுங்கள். வயதில் கூட ஒற்றுமை இருக்கலாம். இருவருக்குமிடையே பெரிய வேற்றுமை வளர்ந்து கிடக்கிறதே. கரூர் முருகேசன் இன உணர்ச்சி பெற்றவர் திராவிட தேசத்தின் விடுதலைப் போரின் படைவீரர் அந்நிய ஏகாதிபத்தியத்தின் எடுபிடி அல்ல அவர்! சரிதான் நண்பர் கிண்டல் செய்திருக்கிறார் என்று சிரித்துக்கொண்டேன், கரூர் முருகேசனை ஓரளவுக்கு உங்களுக்கு அறிமுகப்படுத்தி விட்டதாக அறிகிறேன். அவரையும் கரிகாலன் போன்றவர்களையும் கரூர் வட்டாரம் நன்றாகப் பயன்படுத்திக் கொள்ளவேண்டும்.

இரவு பத்து மணிக்கு கரூரில் கூட்டம் முடிவுற்றது. நாங்கள் காரில் வந்து ஏற வேண்டுமே! மேடையை விட்டு இறங்கிய நான் எப்படித்தான் காரிடம் போனேன் என்று எனக்கே தெரியாது. கார் நிற்பது தெரிகிறது. அதைச் சுற்றிக் கூட்டம்.

துணைக்குவந்த தோழர்கள் எல்லாம் தொலைவில் தூக்கி எறியப்பட்டார்கள். நான் காரிடம் கஷ்டப்பட்டு கொண்டுவந்து சேர்க்கப்பட்டேன். காருக்குள் இருக்கும் கருணாநிதியைப் பார்ப்பதற்காக அவசரப்பட்ட தோழர்கள் என்னைப் பிடித்து இழுத்துவிட்டு காருக்குள் தலையை நீட்டி 'கருணாநிதி வாழ்க' என்று முழக்கம் போட்டார்கள். கருணாநிதி காரைப் பிடிக்க முடியாமல் ஜன சமுத்திரத்தில் நீச்சலடித்துக் கொண்டிருந்தது அவர்களுக்கு எப்படித் தெரியும், இந்த நிலை கரூரில் மாத்திரமல்ல; எந்த ஊரிலும் இப்படித்தான்! எனக்கு மட்டுமல்ல; நமது முன்னணி வீரர்கள் அனைவருக்கும்!

இந்த இன்ப வேதனையிலிருந்து சொற்பொழிவாளரை மீட்டிடும் பணியை ஆர்வமுள்ள தோழர்கள் அவர்களாகவே உணர்ந்து செய்திடுதல் சாலச் சிறந்ததாகும். கடைசியில் காருக்குள் நுழைக்கப்பட்டேன். கார் பெருஞ் சப்தமுடன் மக்களைப் பயமுறுத்தி பிறகு நகர்ந்தது. கரூரில் சாப்பிடுவதற்கு நேரமில்லாமல் யாரையும் சந்திக்காமலே திருச்சி நோக்கிப் புறப்பட்டோம்.

ஒரு அரைமைல் வந்திருப்போம். ஒரு மதில்புறத்தில் இறங்கி இளைப்பாற அமர்ந்தோம். மணி "ஒரு சிகரெட்டா வது பிடிப்போம்" என்று சொல்லியபடி சட்டைப் பையில் கையை விட்டார். "சார் பர்ஸ் காணம் சார்" என்றார். வாழ்க்கையில் வறுமைத் தேவியை மணந்துகொண்ட யாரோ ஒரு இந்நாட்டு மன்னன், மணியிடமிருந்த முப்பது ரூபாயைக் கொண்டு

ஒருமாத ஜீவியத்தை நடத்தி விடுவான் என்று பேசிக்கொண்டோம். தோழர் முத்து சொல்ல வெட்கப்பட்டுக்கொண்டு சொல்லாமலிருந்ததையும் சொல்லிவிட்டார். அவருடைய கால் ஒரு செருப்பை இழந்துவிட்டதாம். அதைச் சொல்லி முடிவதற்குள் அம்பில் அலறினார்; "சார் பேனாவையும் காணும் சார்!" என்று! எனக்கு சிரிப்பே வந்துவிட்டது. அவர் அடிக்கடி சொல்வார்; "நான் கள்ளன் என்னிடம் யாரும் எதுவும் செய்ய முடியாது" என்று ! சாதிப் பெருமையால் அல்ல - தமாசுக்காக! 'கள்ளரிடமே ஒரு கள்ளர் கைவரிசையைக் காட்டி விட்டார்' என்று கூறி எல்லோரும் சிரித்தோம். சிரித்துக்கொண்டிருக்க நேரமில்லை. அன்றிரவு திருக்காட்டுப்பள்ளியில் ஒரு நாடகத்திற்கு தலைமை வகிக்க வேண்டும். அது கரூரிலிருந்து சுமார் அறுபது மைல் தூரத்தில் இருக்கிறது. ஆகவே நேராக அங்கு புறப்பட்டோம். இன்னும் சாப்பிடவில்லையென்பது குறிப்பிடத்தக்கது. இரவு 1 மணிக்கு திருக்காட்டுப்பள்ளி போய்ச் சேர்ந்தோம். புலவர் முருகையா குழுவினர் நடித்த நாடகத்திற்கு தலைமை யேற்றுப் பேசிவிட்டு, பழம்பெரு நண்பர் தோழர் புலவர் குழந்தையா அவர்களுடன் அளவளாவிவிட்டு இரவு மூன்று மணிக்கு ஆளுக்கு இரண்டு இட்லிகளைப் புட்டுப் போட்டுக்கொண்டு நேராகத் தஞ்சைமாநகரம் சென்று விட்டோம் தூங்குவதற்காக!

விடிந்தது:

சில மணி நேரங்களில் பொழுது விடிந்துவிட்டது. நாங்களும் புறப்பட்டோம். காலை பத்துமணி சுமாருக்கு சேலம் போய்ச் சேர்ந்தோம். சேலத்தில் சில வேலைகளை முடித்துக்கொண்டு பிற்பகல் இரண்டு மணிக்குப் புறப்பட்டு கரூருக்குப் பக்கமுள்ள வேலாயுதம் பாளையம் என்ற ஊருக்கு வந்து சேர்ந்தோம். புகளூர் பாலத்திலிருந்து பெரியதோர் ஊர்வலம் புறப்பட்டது, அந்த ஊர்வலத்தின் சிறப்பைக் காணச் சகிக்காத ஒரு இளைஞர் கையிலே - ஒரு செங்கொடியை வைத்துக்கொண்டு கம்யூனிஸ்ட் கட்சிக்கு ஜே" என்று கோஷமிட்டுக் கொண்டிருந்தார். பிறகு அவரே தன்னைத்தானே அப்புறப்படுத்திக் கொண்டார். மாநாடு நடத்தும் விதத்திலே வேலாயுதம் பாளையம் கூட்டம் நடைபெற்றது. சோஷலிஸ்டு கட்சியிலேயிருந்த ஒரு தோழரும் அன்றைய தினம் தி.மு.கழகத்தில் சேர்ந்து திராவிடப் பிரிவினைக் கொள்கையை வலியுறுத்திப் பேசினார். நான் முன்பொரு முறை அந்த வட்டாரத்திற்குப் போயிருந்த சமயம் "கொலைஞரே வருக என்று துண்டு அறிக்கை வெளியிட்டிருந்த ஒரு கல்லூரி மாணவத் தோழரும் அன்றைய தினம் மேடையிலேறி திராவிட முரசு கொட்டினார். மாநாடுகளிலே ஒழுங்குமுறைகள் எப்படி கடைப்பிடிக்கப்படுமோ அந்த வகையிலே கூட்டத்தை நடத்திச் சிறப்பித்தார்கள், வேலாயுதம் பாளையம் வீரர்கள், நான் பேச ஆரம்பிப்பதற்கு முன் கூட்டத் தலைவரால் ஒரு விதவைத் திருமணம் நடத்தி வைக்கப்பட்டது பல்லாயிரவர்

முன்னிலையில்! அன்றைய தினம் என் பேச்சும் அதை யொட்டியே அமைந்தது.

"இங்கே இந்த மேடையிலே ஒரு விதவைக்கு திருமணம் நடத்தி வைத்திருக்கிறோம், வாழ்விழந்த ஒரு வனிதாமணிக்கு மீண்டும் வாழ்வளிக்கும் விழா நடத்தியிருக்கிறோம். நம்முடைய திராவிடமும் விதவைதான்! வாழ்விழந்த மங்கைதான்! அந்த மறுமணத்தை நடத்த மறுமலர்ச்சி வழங்க திராவிட விதவைக்குத் திருமணம் செய்து வைக்க வாழப் போனவளுக்கு வாழ்வுதர - செயல் முறைகள் வகுக்கத் தான் இங்கு கூடியிருக்கிறோம். நம்முடைய முயற்சி கைகூடும் என்பதிலே நமக்கு நம்பிக்கை வளர்கிறது." நாசமாய்ப் போக' என்று சபித்தவர்கள் எல்லாம் நாட்டைக் காக்கும் நல்ல தம்பிகள் வாழ்க என வாழ்த்துகின்றனர். 'கொலைஞரே' என்று போன கூட்டத்தில் அழைத்தவர் இந்தக் கூட்டத்திலே 'கலைஞரே எனக் கனிவுடன் அழைக்கிறார். கடந்து போன செயலை எண்ணி கண்ணீரும் வடிக்கிறார். வேறு அணியில் இருந்தவர்கள் நமது அணியிலே காணப்படுகிறார்கள். சுருக்கமாகச் சொன்னால் திராவிடத்தின் மறுமணத்திற்கு மாலைகட்ட - மலர் பறிக்க மாற்று முகாமில் இருந்தவர்களெல்லாம் மனந்தெளிந்து ஓடி வருகிறார்கள்."

பேச்சின் பீடிகையாக இதை வைத்துப் பின்னர் கழகத் திட்டங்களையும் - கல்லக்குடி போர்க்களத்தையும் பற்றி விளக்கவுரை யாற்றினேன். மாவட்ட சுற்றுப் பயணத்திலே ஒவ்வொரு ஊர் கூட்டத்திற்கும் ஒரு சிறப்பு இருந்தது

போலவே வேலாயுதம் பாளையத்திற்கும் தனிச் சிறப்பு இருந்தது. அந்தச் சிறப்புக்குக் காரணம் செயல் வீரர்கள் பலர் என்றாலும், அவர்களைச் செம்மைப் படுத்தி சிங்க ஏறுகளாக்கிய பெருமையும், அந்த வட்டாரத்திலே நல்லதோர் மலர்ச்சி ஏற்படச் செய்த புகழும் தோழர்கள் ரத்தின வேலு, மூர்த்தி இருவருக்கும் உரியதாகும். ரத்தின வேலு கல்லூரி மாணவராய் இருக்கும்போதே கழகக் காளை - அறிவுப் பாசறையில் பெற்ற அனுபவங்களையும், ஆர்வத்தால் எழுந்த எண்ணங்களையும் ஒன்றாக்கி கழகப் பணியைத் தீவிரமாகச் செய்து வருகிறார். தோழர் மூர்த்தி அமைப்புடன் காரியமாற்றுபவர் என்ற கீர்த்திக்கு உரியவர். புகளூர் வட்டாரம் அவர்களின் பணியினால் கழகக் கோட்டையாக வேண்டும். காவேரியின் கரைகளை இணைக்கும் அந்தப் பெரிய பாலம், புகளூர் பகுதிக்கு எப்படிப் புகழ்தேடித் தந்திருக்கிறதோ - அதுபோல மூர்த்தியும் ரத்தினவேலும் அந்தப் பகுதியிலே கழகத்தின் புகழ் விளக்குகளாவார்கள் என்று நம்புகிறேன். வாழ்த்துகிறேன்.

கூட்டம் முடிந்த பிறகு வட்டாரத்துத் தோழர்கள் எம்மைச் சூழ்ந்து கொண்டனர். தோழர் ரத்தினவேலு, கழகக் கட்டிடம் கட்டுவதற்காக ஒரு இடத்தை நன் கொடையாகத் தருவதாகவும் கட்டிட நிதிக்கு நான் ஒரு நாடகம் நடத்தித் தரவேண்டுமென்றும் கேட்டார்கள். போராட்டம் முடியட்டுமென்று கூறினேன். நடத்தித் தரவும் இருக்கிறேன்.

கழகக் கட்டிடங்கள் எழுப்பிட வேண்டுமென்று தோழர்கட்கு ஆசையிருக்கிறது. ஆனால் நாம் பிர்லாக்களின் சொந்தக்காரர்களாக இல்லையே என் செய்வது! குடிசை உருவத்திலாவது நமக்கு ஒவ்வொரு ஊரிலும் ஒரு இடம் தேவை. சிறுகக் கட்டியாவது பெருக வாழ்ந்திடவேண்டும். மாயவரம் மாநாட்டிலே சொன்னாராம் அப்போது நான் மரணப் படுக்கையில் இருந்தேன்.

"என் கையிலே ஆயிரம் கட்டிடங்களின் சாவிகள் இருக்க வேண்டும். அந்த சாவிக் கொத்துடன் தான் சுற்றுப்பயணம் செய்யவேண்டும். கிளைக்கழகம் உள்ள ஊர்களுக்குச் சென்றால் இரவு எந்நேரமாயினும், செயலாளர் முதலியவர்களுக்குத் தொந்திரவு கொடுக்காமல், நமது கட்டிடத்தை நானே இருந்து இளைப்பாறுவதற்கு என் கையிலே அந்த சாவிக்கொத்து இருக்க வேண்டும்."

இந்த ஆசையை மாயூரத்திலே நமது அண்ணா வெளியிட்டார். ஆசைகளைத்தான் வெளியிட முடியும். அதற்கு ஆலோசனைகளையுமா வெளியிட வேண்டும். பிறகு ரத்தினவேலுக்கள் மனைகளை நன்கொடையாகத் தரவேண்டும். செயல்வீரர்கள் புறப்பட வேண்டும். நான் முன்பு குறிப்பிட்டேனே; அது போல வீடுகட்டும் படை கிளம்ப வேண்டும். கழக மாளிகை அமைய வேண்டும். மாளிகையா? என்கிறீர்களா? ஆமாம் மாளிகைதான்! காக்கைக்கும் தன் குஞ்சு பொன் குஞ்சு! நாமே சேறு குழைத்து

- நாமே கீற்று வேய்ந்து நாமே கட்டி முடித்த சிறு குடிசை நமக்கு மாளிகை தான்!

நாடகம் ஆடுவதும் அதிலே நஷ்டம் வந்துவிடுமோ என்று நடுக்கம் ஏற்படுவதும் மழை வந்து விடாதே என்று வானத்தைப் பார்த்து பெருமூச் செறிவதும் எதற்காக!

ஊருக்கொரு ரத்தினவேலு இடம் வழங்க! ஆளுக் கொரு வேலை அமைந்துவிடும் மாளிகை ! தேனீக்களிலும், திருத்தணிகளிலும், நம் கூட்டங்களில் வீசி எறியும் கற்களைக்கூட கழக மாளிகையின் ஒரு பக்கத்துச் சுவருக்கு உபயோகப்படுத்தலாம். தேனியிலே நெடுஞ்செழியன் மீது போடுவதற்கு தூக்கிய பெரிய பாரங்கல்லை கழக மாளிகையின் வாயிற்படிக்குப் பயன்படுத்திக் கொள்ளலாம்.

நாம் தான் உலகம் வியக்கும் கட்டிடத்தைக் கட்டியிருக்கிறோமே - தாலமுத்து நடராசன்களின் எலும்புகளால் வேலாயுதம், பாண்டியன்களின் – நரம்புகளால் - லால்குடி நடராசன், நெல்லிக்குப்பம் மஜீதுகளின் பிணங்களால் கையிழந்தோர் காலிழந்தோர் தந்த ரத்தச்சேற்றால் பெரியதோர் தியாக மாளிகை, வானத்தை முட்டும் உயரமுடையதாய் - தமிழர் மானத்தைத் தரணிக்கு அறிவிக்கும் தகைமை உடைய தாய் -தி.மு.க. என்ற பொன்னெழுத்துக்களை பொறித்து திசையெட்டும் ஒளிபரப்பி தியாகர், நாயர், பனகல், செல்வம், அழகிரி ஆகியோர் திருப் பெயர்களை தென்றலிலே மிதக்க விட்டு ஒலி யெழுப்பும்

ஒப்பற்ற மாளிகை - உணர்ச்சி மாளிகை திருமலை நாயக்கன் மஹாலை தாஜ் மஹாலின் பெருமையை - மிஞ்சும் விதத்திலே அமைந்த மாளிகை கொஞ்சு தமிழக் குடும்பத்தாரின் கொலுமண்டபம் - கொள்கையை விளக்கிடும் மணி மண்டபம்.

அந்த மகத்தான தியாக மன்றத்தை எழுப்பியிருக்கிற நாம், உட்கார, உரையாட, படிக்க, தலைவர்கள் வந்தால் படுக்க ஒரு சாதாரணக் குடிசையை எழுப்பிக் கொண்டாலே போதுமானது. ஊருக்கோர் கழகம் கழகத்திற்கோர் இடம் அவசியம் தேவை அதை அமைக்க முன் சொன்னபடி ஆற்றலும் முறையும் நிச்சயம் தேவை.

உம்; சரி - அந்த வேலையைப் பார்க்க உடனே கிளம்புங்கள் நாங்கள் தூங்கவேண்டும்; திருச்சிக்குப் போகிறோம். இப்போது புறப்பட்டால்தான் வழக்கம்போல் இரண்டு மணிக்காவது தூங்கமுடியும்.

வழியனுப்பினார்கள் புறப்பட்டோம்.

திருச்சியிலே :

ஜூலை 21 திராவிட மெங்கும் கண்டன நாள். திராவிட மக்களின் அறிவை அழித்திட ஆச்சாரியார் சர்க்கார் எடுத்த முயற்சியை எதிர்த்து நின்றோரின் எச்சரிக்கை முழக்கம் தரணியெங்கும் கேட்ட நாள். ஏற்கனவேயிருக்கும்

கல்வித்திட்டம் கவைக்குதவாது என்று கூறி புதியதோர் திட்டத்தை சென்னையின் பிரதமர், மன்னிக்க வேண்டும் கவர்னர் பிரகாசாவால் பிரதமராக்கப்பட்டவர் கொண்டுவந்தார். பெருமான் பெரிய பெருமான் ஆன கதையாகத்தான் அந்தத் திட்டம் இருந்ததே தவிர சிறுவர்களை சீரான வழியில் இழுத்துச் செல்லும் திட்டமாக இல்லை. மூன்று மணி நேரம் சிறுவர்கள் படித்தால் போதும். மீதி நேரத்தில் அவரவர்களின் தகப்பனார் தொழில்களைக் கற்றுக்கொண்டால் போதுமானது என்பதே ஆச்சாரியர் அவர்களின் அவதார மூளையிலே உதித்த அற்புதமான திட்டம், சிறுவர்கள் தொழில் முறையில் முன்னேற வேண்டு மென்பதை யாரும் மறுக்கவில்லை. எந்த வயதுச் சிறுவர்கள்? எப்படித் தொழில் கற்றுக் கொள்வது? என்ற கேள்விகளுக்கு கிடைத்த பதில்தான் விநோதமானது. பதினோரு வயதுக்கு உட்பட்டவர்கள் . பள்ளியில் மூன்று மணி நேரம் கழித்தது போக மீதி கெரத்தில் வீட்டுக்குச் சென்று தந்தையின் தொழிலைப் பயிலவேண்டும். மூன்று மணி நேரப் படிப்பு உத்திரவு தொழில் கற்றுக்கொள் என்பது உபதேசம் இந்த உபதேசத்தை வாழ்க்கைப் பிரச்சினை தீராமல் வயிற்றுத் தீயை அடக்கமுடியாமல் தவித்து நிற்கும் தரித்திர காராயணர்களாம் தந்தைகள் எந்த அளவுக்குக் கடைப்பிடிப்பார்கள் என்பதை அனுபவ சாத்தியமாக உணர்ந்தவர்கள் மறுக்க மாட்டார்கள்.

காலையிலே விடிவதற்கு முன் கலப்பை எடுத்துச் சென்று இரவு 12 மணிக்கு வீடு திரும்பி தூங்கிய குழந்தை தகப்பன் முகத்தைப் பார்க்காமல் சில மாதங்கள் கழித்து தந்தையை

மாமா என்று கூப்பிடும் நிலையுள்ள குடும்பங்கள் எத்தனை இந் நாட்டில்!

பள்ளியிலே தொழிற் கல்வி போதிக்கப்படுகிறது என்று சொன்னாலும் அதிலே அர்த்த மிருக்கிறது. தொழில் கல்வி கூட மேல் நாடுகளில் எப்படி போதிக்கப் படுகிறது? சிறுவர்களுக்கு எந்த வேலையின் மீது ஆசை விழுகிறது. என்பதை ஆராய்ந் தறிந்து அந்தத் துறையிலே அவர்களைப் பழக்கிடும் தொழிற் கல்வி முறைதான் சிறந்தது எனக் கொள்ளப்பட்டு அவ்வழியிலே மேல் நாடுகள் சென்று மேன்மையுறுகின்றன!

ஆளும் வர்க்கம் பாதுகாக்கும் வர்க்கம் தொழில் வாணிபம் முதலிய வர்க்கம் என்று அரசியலிலே மூன்று முக்கியமான உன்னதமான பிரிவுகளைப் பிரித்துக் காட்டி, பிறப்பின் காரணமாக இல்லாமல் சிறப்பின் காரணமாக அந்தந்த வர்க்கத்தில் இடம்பெற எந்த மனிதனுக்கும் உரிமையுண்டு என்பதையும் எடுத்துக் காட்டி அத்தகைய மூன்று பிரிவிற்கும் தேவையான கல்வியை அவர்களுக்கு இளமையில் போதிக்க வேண்டுமென்றும், யார் எந்தப் பிரிவு கல்வியை விரும்புகிறார்கள் என்று பார்த்து அந்தத் துறைக் கல்வியை அவர்கட்கு வழங்க வேண்டுமென்றும் உலகக் கல்வித் திட்டத்திற்குக் கைகாட்டியாக இருந்த பேரறிஞன் பிளேட்டோ எழுதி வைத்திருக்கிறான். ஆனால் ஆச்சாரியாரின் மூளையிலே ஐம்பது வருட காலமாக ஊறிவந்த திட்டத்தை நிறைவேற்ற இப்போதுதான் சமயம் வாய்த்தது என

சந்தோஷப்படுகிறார். அவனவன் குலத்தொழிலை அவனவன் செய்யவேண்டுமென்று திராவிட காட்டிலே ஒரு கல்வித் திட்டத்தின் மூலம் சொன்னால் அந்தத் திட்டத்திற்கு வர்ணாஸ்ரமத் திட்டம் என்ற பெயரைத் தவிர வேறு பெயர் அளிக்க முடியாது. ஏனெனில் பிராமண சத்ரிய வைஸ்ய - சூத்ர என்ற பிறப்பின் காரணமாக எழுந்த பிரிவுகள் ஒரு பெரிய சமுதாயத்தின் நடுவிலே எழுந்த வெடிமருந்துச் சாலையாகி விட்டன. அந்த வெடிமருந்துச் சாலைக்கு தீ வைத்தால் பெரியதோர் பயங்கர விபத்து ஏற்படும் என எண்ணித்தான் - வெள்ளத்தால் வெடி மருந்தை ஈரமாக்கிக் கரைத்துவிட நாட்டிலே நல்லோர்களால் முயற்சி எடுக்கப்பட்டது. அமைதி நிறைந்த எதிர்ப்பைத்தான் இப்படிக் குறிப்பிடுகிறேன். ஆனால் ஆச்சாரியாருக்கு அது பிடிக்கவில்லை. வெடி மருந்துச் சாலையில் நெருப்பு வைக்கும் போக்கிற்கே மற்றவர்களைத் தள்ளி விடுகிறார். ஆபிரகாம் லிங்கன் படித்தானா? கிருஷ்ண பரமாத்மா பள்ளிக்குச் சென்றாரா? என்ற கேள்விகள் ஆச்சாரியார் திட்டத்துக்கு அனுசரணையாக எழுகின்றன. எங்கும் எதிலும் விதிவிலக்கு உணடு. விதிவிலக்கிற்கு உட்பட்டவர்கள் லிங்கன் போன்றவர்கள்.

பள்ளிக்குச் செல்லாமலே கிருஷ்ணன் பரமாத்மா ஆனான் என்ற வாதத்தை பாலர்களிடம் கூறினால் அவர்களும் பரமாத்மாவாகத்தான் ஆசைப்படுவார்கள். பரமாத்மா ஆக என்னென்ன செய்யவேண்டும் யோசிப்பார்கள். பள்ளிக்குச் செல்லாதிருக்க வேண்டும். பகலிலே பக்கத்து வீட்டிலே வெண்ணெய் திருட வேண்டும். குளத்திலே நீராடும்

பெண்களின் சேலைகளைத் திருடவேண்டும். மாற்றான் மனைவி ராதாவைக் கொஞ்ச வேண்டும். இந்த வழிகளையெல்லாம் கடைப்பிடித்து அவர்கள் பரமாத்மா ஆகிவிட்டால் என்ன செய்வது? கிருஷ்ணனை பரமாத்மா என்று சொல்லுகிற பாட திட்டங்கள் கூட பள்ளியிலே இருக்கக்கூடாது என்கிறோம் நாம். ஆனால் ஆச்சாரியார் பக்தர்கள் அவனை ஆபிரகாம் லிங்கனுடன் சேர்த்து எழுதிடுகின்றார்கள்.

“கடவுள் உண்மையானவர் - அவர் சாபங்கொடுத்தார் கோபங் கொண்டார் பொய் சொன்னார் என்பது போன்ற கதைகளையெல்லாம் பிள்ளைகளுக்குப் பாடமாக்காதீர்கள்" என்ற கருத்தை பிளேட்டோ வலியுறுத்திச் சொல்கிறான். ஆனால் இங்கிருப்பவர்களோ மூன்று மணி நேரமும் மும்மூர்த்தி லீலைகளைப்பற்றி சிறுவர்களுக்குப் போதித்துவிட்டு கற்ற பாடங்களை கண்ணன் காட்டிய வழியில் செய்து காட்டிட சிறுவர்களுக்கு மீதி நேரத்தையும் ஒதுக்கி வைத்திருக்கிறார்கள்.

3 மணி நேரப் படிப்பை குழந்தைகள் கொண்டாட்டமுடன் வரவேற்கிறார்கள் என்று ஆதாரம் தேடுகிறார்கள் ஆச்சாரியார் பக்தர்கள், இரண்டுதார திருமணம் வேண்டுமா என்று ஸ்திரிலோலனைக் கேட்டால் என்ன சொல்லுவான்? குடிகாரனிடம் மதுவிலக்குபற்றி அபிப்பிராயம் கேட்டால் என்ன பதில் கிடைக்கும்?

குழந்தைகட்கு என்ன தெரியும் எதிர்காலம்? கவலைப் படவேண்டியவர்கள் நாமல்லவா? இப்புதிய திட்டத்தால் பூத்துவரும் புதிய சமுதாயம் பொட்டல் காடாகிவிடும் என்று நாடு எச்சரித்தது நல்லோர் எச்சரித்தனர் - திட்டம் தருவோரின் கட்சித் தலைவர்களே எதிர்த்தனர் ஏன்; பின்னர், "நிறுத்தி வைத்திடுக" என்று சட்ட சபையே தீர்ப்புக் கூறியது - எதையும் கேட்கும் எண்ணம் வர்ணாஸ்ரமத்தின் வாரிசுக்கு இல்லை.

ஆகவே ஜூன் மாதம் 21ம் நாள், நாடு முழுதும் தி.மு.கழகத்தினரால் கண்டனக் குரல் எழுப்பப்பட்டது; காட்டுமிராண்டிக் கல்வித் திட்டத்தை எதிர்த்து!

அந்த நாளிலே நான் திருச்சியிலேயுள்ள மதுரை ரோடு தி.மு.கழகத்தின் திறப்பு விழாவை நடத்தி வைக்கச் சென்றிருந்தோம். அன்று காலை தோழர் கண்ணதாசனும் வந்திருந்தார். தஞ்சையிலேயிருந்து நண்பர் சண்முக வடிவேலும் வந்திருந்தார், அந்தத் தி.மு. கழகத்தின் திறப்புவிழாவிற்கு மூலவர்கள் முஸ்லிம் இளைஞர்கள், பீடி சுற்றும் தொழிலாளிகள். அந்தத் தொழில் நண்பர்களுக்கிடையே தூண் போன்றவரும் நுணிவுடை நெஞ்சு பெற்றவருமான தோழர் ஐ. எம். ஷரீப் என்பாரின் சிறப்பான முயற்சியால் அக் கழகத் துவக்க விழா நடைபெற்றது. கூட்டம் நடந்துகொண்டிருந்தது. பீடித் தொழிலாளர்கள் அதுவும் முஸ்லீம் இளைஞர்கள் திராவிட முன்னேற்றக் கழகத்தில் சேர்ந்துவிட்டார்களே என்று ஆத்திரமடைந்த ஒரு பீடி முதலாளி - அவரும் முஸ்லீம் தான்

நல்ல பணபலமுடையவர். ஆளும் கட்சியின் ஆசி தேவையென்பதற்காக அடிமை பேரிகை கொட்டும் ஒரு சில முஸ்லீம் பெரியவர்களைப் போன்ற பண்பு பெற்றவர் அவர், தானே முன்வந்து நின்று கூட்டத்திலே சோடா புட்டிகளை விசி, கம்பு கொண்டு மக்களைத் தாக்க முற்பட்டார். அவர் முயற்சியால் விழாவின் பெருமை வீழ்ந்துவிடவில்லை. அந்த வட்டாரத்து மக்களின் பலமான ஆதரவு மதுரை ரோடு தி.மு.கழகத்திற்கு கிடைக்க அது ஒரு நல் வாய்ப்பாயிற்று!

ஏனோ தெரியவில்லை ஒரு சில முஸ்லிம் பெரியவர்களும் வாலிபர்களும் நமது திராவிட இயக்கத்தை எதிர்த்திடவும் அவதூறாகப் பேசவும் எழுதவும் முற்பட்டிருக்கின்றனர். நபிகள் நாயகம் விழாக்களுக்கு நமது அண்ணாவும், பெரியாரும் போகாமல் நடந்தது கிடையாதே பாகிஸ்தான் பிரிவினைக்கான ஆதாரம் நம்மைப் போல யாரும் தந்தது கிடையாதே -அவர்களும் திராவிட முஸ்லீம்கள்தான் என்ற எண்ணத்தை நாம் மாற்றியது மில்லையே - அப்படியிருக்க அவர்களில் சிலர் நம்மீது காய்வானேன் - பாய்வானேன்?"

என்ற கேள்விகள் நம் தோழர்களிடமிருந்து கிளம்புகின்றன. இதற்கெல்லாம் ஒரே பதில் "எல்லா முஸ்லிம்களும் நம்மை எதிர்ப்பதில்லை எதிர்ப்பவர் ஒரு சிலர் - அதற்கும் காரணம்; ஆளுங் கட்சியின் அபிமானத்தைப் பெற!" என்பதைத் தவிர வேறில்லை. அந்த ரகத்தைச் சேர்ந்தவர் தான் அந்தப் பீடி முதலாளியும்

இந்த எதிர்ப்புகளால் நாம் குறைந்து விட்டோமா? இல்லை! இல்லை!! அதே நான் மாலையில் திருச்சியில் நடை பெற்ற ஊர்வலமிருக்கிறதே: அது சொல்லுகிறது "ஊதாரிகளின் உறுமல்களால் உயர்த்த லட்சியத்தை அழிக்க முடியாது" என்ற உறுதிமொழியை!

மாலையிலே உறையூரில் பொதுக்கூட்டம். கல்வித் திட்டத்தை எதிர்த்து மக்கள் குரலெழுப்பினர். கண்ணதாசன் எங்களிடம் விடைபெற்று அன்று மாலை கும்பகோணம் சென்றுவிட்டார். இரவு பத்து மணிக்கு சென்னையிலேயிருந்து "டிரங்க்கால் " வந்தது,

"திரும்பிப்பார்" படம் (சென்சார்) தணிக்கை போர்டில் தகராறு என்றும், என்னை உடனே வரும்படியும் மாடர்ன் தியேட்டர்சார் கூப்பிட்டார்கள். மறுநாள் அரியலூரிலே 22ந் தேதி கூட்டம். 21ந் தேதி இரவு 'டிரன்க் கால்' வருகிறது. அரியலூர் கூட்டத்திற்கு வந்துவிடுவதாகச் சொல்லிவிட்டு அன்றிரவே சென்னைக்குப் புறப்பட்டேன்.

திரைப்படங்கள் வெளியிடப் படுவதற்கு முன் தணிக்கை என்று ஒன்று இருக்கிறது. தக்கோர் சிலர் கொண்ட ஒரு குழுவை அமைத்து அந்தக் குழு, வெளியிடப்பட இருக்கும் படத்தைப் பார்த்து படத்திலேயுள்ள ஆபாசமான காட்சிகளை - மக்களைத் தீய வழிக்கு இழுத்துச் செல்லும் கருத்துக்களை - இன்னோரன்ன பலவற்றை விலக்கிவிட்டு மீண்டும் வெளியிடலாமென உத்திரவு தரும் உரிமை வாய்ந்ததாகும்.

அந்தத் தணிக்கை நிலையம் இப்போது மத்திய சர்க்காரின் கைக்கு மாறி - அவர்கள் நியமிக்கும் அதிகாரியின் தலைமையின் கீழ் நடைபெற்று வருகிறது, மாகாணங்களில்! மத்திய சர்க்கார் எத்தகைய அதிகாரிகளை நியமிப்பார்கள் என்பதும், அந்த அதிகாரிகள் யார் யாரைத் தம்முடன் சேர்த்துக்கொண்டு தணிக்கைக்குழுவை நிறுவுவார்கள் என்பதும் விளக்கத் தேவையில்லாத ஒன்று. சென்னை மாகாணத்தைப் பொறுத்த வரையில் தணிக்கைக்குழு ஆரியக் கொள்கையினரின் ஆதிக்கத்திற்குட்பட்டது. ஆரியம் உயர சனாதனக் கொடி பறக்க - கடவுள் பெயரால் மக்களை அடிமைப் படுத்திவைக்க - வகுத்துக்கொண்ட சாதனங்களில் ஒன்றாக திரை உலகத்தையும் கருதிவந்தனர் அவர்கள். அந்த இறுமாப்பிலே இடி விழுந்தது போல நம்முடைய தோழர்கள் திரை உலகில் புகுந்தனர். "அம்மாமி அத்திம்பேர் தமிழ்தான் மிச்சம் " என்ற அவல நிலையைத் திரை உலகிலிருந்து விரட்டி அழகு தமிழ்ச் சோலையாக ஆக்கினர் அண்ணாவின் தலைமையிலே! "பரமசிவன் வந்து வந்து போவார்" என்ற பித்தலாட்டங்களைப் பிளந்தெறிந்து பசியால் துடிக்கும் ஏழையிடம் பரமசிவன் வராத நிலையை நாட்டுக்கு எடுத்துக்காட்டினர். திரை உலகிலே ஏற்பட்ட புரட்சி - எதிரிகள் பால் எரிச்சலை பொறாமையை எதையும் செய்து இவர்களை அழித்திட வேண்டும் என்ற எண்ணத்தைத் தூவியது. அதன் காரணமாகவே ஆரிய மதப்பாதுகாவலர் - ஆச்சாரியார் "சினிமா ஒழிக" என்று கர்ஜித்தார். ஆத்திரப்பட்டோர் - ஆயாசமடைந்தோர் - தோல்வி கண்டோர் ஆகிய சிலர் அவர் பக்கம் சேர்ந்து கொண்டனர்.

நல்லதங்காளும் நள தமயந்தியும் படமாக்கப்பட்ட நாட்கள் ஒழிந்து வேலைக்காரி - மந்திரி குமாரி - சர்வாதிகாரி ஓர் இரவு - மணமகள் சொர்க்கவாசல் - பராசக்தி நாம் இப்படிப் படங்கள் வருவதைக் கண்டால் - பட உலகத்தை ஏகபோக சொத்தாக வைத்துக் கொண்டிருந்தவர்களுக்கு எரிச்சல் ஏற்படத்தானே செய்யும்? அதன் காரணமாக தணிக்கை நிலையத்தின் கத்தரிக் கோல் வேகமாக வேலைசெய்ய ஆரம்பித்து விட்டது. தாறுமாறான சுத்தரிக்கோல் பிரயோகத்துக்கும் அது தயாராகிவிட்டது.

நமது படங்கள் - இல்லை இல்லை ... நம் தோழர்கள் எழுதும் படங்கள் என்றாலே காதையும் கண்ணையும் தீட்டிக்கொண்டு கருத்தை மட்டும் மழுங்க வைத்துக்கொண்டு கத்தரிக்கோல் கைபிடித்தபடி விஜயம் செய்கிறது தணிக்கைக் குழு.

பட முதலாளிகள் - அநேகமாக தாங்கள் போட்ட பணத்தை திருப்பி எடுக்கவேண்டும் என்ற ஆசையுடையவர்களாய் இருப்பார்களே தவிர தணிக்கை நிலையத்தை எதிர்த்து வழக்காடும் துணிவு பெற்றவர்களாக இருக்க மாட்டார்கள். ஒரு சிலர் இருந்தாலும் அவர்கள், அவர்களாகவே இருப்பார்கள். இந்தக் காரணத்தைத் தங்களுக்குச் சாதகமாகக் கொண்டு பட முதலாளிகளை பயமுறுத்தி “அதை வெட்டு இதை வெட்டு -" என்று அலைக்கழித்து - "எதையாவது வெட்டிக்கொள்! என்னை விட்டால் போதும்" என்று பட முதலாளி சொல்லிவிட்டு ஓடுகிற வரையிலே தங்கள் சாமர்த்தியத்தைப் பிரயோகிப்பார்கள்.

"கடவுள் ஒரு கற்பனை" இந்த வசனம் கூடாது - என்று சொல்வார்களானால் அதையாவது மன்னித்துவிடலாம். ஆஸ்திக சர்க்காரில் நாஸ்திகப் பிரச்சாரம் - கூடாது (!) என்பதற்காக! "இந்த அரசாங்கத்தை கவிழ்க்க வேண்டும்" என்று இருந்தால் நீக்கச் சொல்லலாம் - அதையும் நாம் மன்னிக்கலாம். கழகத்துக்காரன் எழுதுகிற படத்தில் "கடவுள் துணை'' என்று வந்தால் கூட சந்தேகப்பட்டு கத்தரிக்கோலைப் பாய்ச்சுகிற அளவுக்கு நடுங்கிச் சாகிறார்களென்றால் எப்படித்தான் வர்ணிப்பது அந்த நிலையை! "சகோதரியால் திருத்தப்பட்ட அருணகிரிநாதன் பக்தனானான், நான் பகுத்தறிவாளனாகி விட்டேன்." இந்த வசனம் கூடாதாம்!

"கொள்கை முழக்கம் செய்வதற்காக கோபுரம் ஏறி நிற்கும் தலைவர்களே! அந்தக் கொள்கையிலிருந்து எத்தனை முறை வழுக்கி விழுந்திருக்கிறீர்கள் - திரும்பிப் பாருங்கள்!"

இந்த வசனம் கூடாதாம்! ஏன் தெரியுமா?
திருக்கோஷ்டியூரிலே ராமானுஜர் என்ற வைணவ பக்தர் கோபுரமேறிக் குதித்தாராம் - அதைக் கிண்டல் செய்வதாக இருக்கிறதாம் இது! எவ்வளவு அபாரமான ஆராய்ச்சி பாருங்கள் தோழர்களே!

"செல்வங் கொழிக்கும் சீமானே! அந்த செல்வத்தை சேர்க்க - சேமிக்க பாடுபட்ட தொழிலாளிகளை திரும்பிப் பார்!"

இந்த உரையாடலும் உதவாதாம்!

"மாளிகையிலிருந்த படியே மண் குடிசைகளைத் திரும்பிப் பார்த்தான் சித்தார்த்தன்; மக்களைத் திருத்தும் புத்தனானான் - கலிங்கத்துப் போர்முனையைத் திருப்பிப் பார்த்தான் அசோகன் - கௌதமர் வழிசேர்ந்தான்"

இதையும் படத்திலே பரந்தாமன் பேசக்கூடாதாம்!

இந்த உதாரணங்களிலிருந்து என்ன தெரிகிறது?

கழகக்காரன் எழுதினால் - ஆட்சேபகரமான கருத்துக்களை மட்டுமல்ல; அழகான எழுத்துக்களையும் வெட்டி எறிய வேண்டும் என்ற முன்னேற்பாடான சதித்திட்டம் சனாதனிகளின் மனதிலே ஊறிவிட்டிருக்கிறது.

நாட்டிலே நடமாடும் படங்களையும் நமது தோழர்கள் எழுதும் படங்களையும் ஒப்பிட்டுப் பார்த்தால் தணிக்கை போர்டாரின் தன்மை நன்கு புரிந்திடும்.

அந்தத் தன்மையால் 'திரும்பிப்பார்' படம் மூவாயிரம் அடிக்குமேல் கத்தரிக்கோலுக்கு இறையாக்கப்பட்டது. பட முதலாளிகள் வழக்கு போடும் சூழ்நிலையில் இல்லை. எழுத்தாளர்களுக்கோ வழக்குபோட வசதியில்லை. மக்கள் மன்றத்திலேதான் வழக்கு போடவேண்டும். அங்கே கிடைக்கும் நீதிதான் நிரந்தரமானதாக சக்தி வாய்ந்ததாக

இருந்திடவும் முடியும். அந்த நினைவோடு - 22ந் தேதி, திரு டி. ஆர். சுந்தரம் அவர்களை சந்தித்த பிறகு - பிற்பகல் 2 மணிக்கு சென்னையை விட்டு அரியலூர் கூட்டத்திற்குப் புறப்பட்டோம். உளுந்தூர்ப் பேட்டையிலிருந்து, விருத்தாசலம் சென்று - பாதை தவறியதின் காரணமாக பல மைல்கள் சுற்றியலைந்து கடைசியில் திருச்சி சாலையைப் பிடித்து இரவு 8 மணிக்கு அரியலூர் கூட்டத்திற்கு வந்து சேர்ந்தோம்.

அரியலூர்:

என் வாழ்நாளில் மறக்க முடியாத ஒரு ஊர். அங்கேதான் நான், நாட்டுப்பணி ஆற்றியது குற்றமென்று தீர்ப்பு கூறப்பட்டு ஆறுமாதக் கடுங்காவல் தண்டனை வழங்கப்பட்டது.

22ந் தேதி 8 மணிக்கு அரியலூரிலே இருபதாயிரம் மக்களுக்கெதிரே மேடையிலே நிற்கும்போது நான் சொன்னேன்; விரைவிலே நான் கூண்டில் நிற்க வேண்டியிருக்கும்' என்று! ஆனால் அரியலூர் நீதிமன்றத்துக் கூண்டிலே நிற்கப்போகிறேன் என்பது அப்போது தெரியாது.

அரியலூரிலே பல தோழர்கள் இருக்கிறார்கள், நமது பாசறையில்! அவர்களின் முகம் எனக்கு நன்றாக நினைவிலிருக்கிறது. சிலரின் பெயர் மறந்துவிட்டது. திராவிட முன்னேற்றக் கழக உறுப்பினர் என்ற அந்த சிறப்புப் பெயரை நான் மறந்துவிடவில்லை. என்னுடன் மூன்றுமாத தண்டனை

பெற்று சிறையில் எனக்கு உறுதுணையாக இருந்த தோழர் எத்திராஜு அந்த ஊரின் செயலாளர்.

பண்பு நிறைந்தவர். எந்தக் காரியத்தையும் நிதானமாகவும் - நேர்த்தியாகவும் செய்யவேண்டுமென்ற உறுதி படைத்தவர். அரியலூர் செயலாளராக இந்த இளைஞர் கிடைத்திருப்பது அந்த ஊர்த் தோழர்கட்கு ஒரு நல்வாய்ப்புத்தான். கூட்டம் முடிந்து கழகத்தில் அமர்ந்து தோழர்களுடன் உரையாடி - பின்னர் திருச்சிக்குப் புறப்பட்டோம்- இரவு ஒரு மணி சுமாருக்கு திருச்சியை அடைந்தோம்.

நான் திருவாரூர்க்காரன் என்றாலும் பிறந்து வளர்ந்த இடம் திருவாரூருக்குப் பக்கமுள்ள 'திருக்குவளை' என்னும் கிராமம். ஆரம்பப் பள்ளிக்கூடத்திலே படித்துக் கொண்டிருக்கிறேன். 1934 - 35ம் ஆண்டு என்று நினைக்கிறேன்; எனக்கு நன்றாக நினைவிருக்கிறது; ஒரு நடுத்தர வயதுள்ளவர் கையிலே காங்கிரஸ் மூவர்ணக் கொடியுடன் தன்னந்தனியாக வருவார். தெருவின் ஒரு மூலையிலே நின்றுகொண்டு "வந்தேமாதரம்! மகாத்மா காந்திக்கு ஜே! - போலோ பாரத் மாதாகி - ஜே!" என்ற ஒலிகளை எழுப்புவார். சிறிது சிறிதாகக் கூட்டம் சேர்ந்துவிடும். பிறகு அவர் பிரசங்கம் செய்ய ஆரம்பித்து விடுவார். ஊர் மக்கள் எல்லாம் ஆச்சரியப்படுவார்கள். இவ்வளவு அரிய கருத்துக்களைச் சொல்கிறாரே; என்றல்ல! தடங்கல் இல்லாமல், கட கட வென இப்படிப் பேசுகிறாரே என்றுதான் அனைவரும் அதிசயிப்பார்கள். ஒரு அரைமணி நேரம் பேசுவார். பிறகு வேறு தெருவுக்குப் போவார். உணவு

நேரத்தில் யாருடைய வீட்டிலாவது கிடைத்த ஆகாரத்தை சாப்பிட்டு விட்டு அடுத்த ஊர் போய்விடுவார். அவரை இப்போது மனக்கண்ணால் நினைத்துப் பார்த்தால் ஏறத்தாழ காந்தியாரின் சாயல் உள்ளவராகத் தெரியும். இப்போது அவர் இருக்கிறாரோ இறந்துவிட்டாரோ தெரியாது. அப்போதே எங்களூரில் பேசிக் கொள்வார்கள்- "சுயராஜ்யம் கிடைத்து விட்டால் இவரைப் போன்றவர்களுக்கு பிரமாதமான புகழும் பெருமையும் கிடைக்கும்" என்று! அப்படி யொன்றும் புகழோ பெருமையோ அவருக்குக் கிடைத்ததாகத் தெரியவில்லை. கிடைத்திருந்தால் தேசீயப் பத்திரிகைகளில் அவர் படமாவது வந்திருக்குமே! பத்திரிகைகளில் அவர் படம் வெளிவருகிற அளவுக்குக்கூட 'சுயராஜ்யம்' அவருக்கு பெருமை தரவில்லை. அப்படிப் புகழ் வராததற்கு ஒரு முக்கிய காரணமும் இருக்கிறது. அவர் ஒரு திராவிடர். அவர் மார்பிலே பூணூலும், மனதிலே ஆரியமும் இருந்திருந்தால் - தென்னாட்டு விநோபாபாவே ஆகியிருப்பார்.

அடிமை மண்ணின் தெருக்களிலே கத்திக் கத்தி, ஊர்களைச் சுற்றிச் சுற்றி வந்த அந்த பரிதாபத்திற்குரிய ஜீவன் என்ன ஆயிற்றோ தெரியவில்லை. ஆனாலும் அவர் செய்து காட்டிய தொண்டு என் மனதை விட்டு நீங்க வில்லை. கொள்கை பேதமிருக்கட்டும் ஒருபுறம்; கொண்ட கொள்கையில் அவருக்கிருந்த வெறியை என்னால் மறந்திடவே முடியாது. தலையிலே ஒரு காந்திக் குல்லாய் - ஒரு வெள்ளை சட்டை - பழுப்புப் பூக்களை ஓரத்திலே பெற்றிருக்கும் ஒரு சால்வை - கையிலே மூன்று நிறக் கொடி.

மறக்க முடியாத அந்த அவர் - உழைக்கும் தோழர்களுக்கு ஒரு வழிகாட்டி. எந்த இயக்கத்திலுமுள்ள தொண்டர்கள் - தோழர்கள் - அவர் போன்ற கடமையுணர்ச்சி பெறவேண்டும். கையிலே கொடிதூக்கி தன்னந்தனியாகச் சென்று ஊர் ஊருக்கும் பிரச்சாரம் செய்வது ஒன்றுதான் சிறந்தது என நான் குறிப்பிடவில்லை.

முறை அதுவாக இல்லாவிட்டாலும் உள்ளம் அவர் போன்றதாய் அமையவேண்டும் உழைத்திடும் உத்தமர்களுக்கு!

பயன் கருதி அத்தகு பணியில் இறங்கக்கூடாது. பிற்காலத்தில் பெருமையும் புகழும் வருமென்றா அவர் பிரச்சாரப் பணியில் ஈடுபட்டார்? இல்லை! சொந்தக்கட்சி மறந்தாலும் கூட, அவரது மாற்றுக்கட்சியாளரின் மனதிலே இடம் பெறுகிறவராக ஆகிவிட்டாரா இல்லையா? தொண்டுக்கு சூட்டப்படுகிற உண்மையான புகழ்மாலை இது தான் !

அவர் போன்றவர்கள் கிராமங்களிலே தோன்றவேண்டும். நமது கழகம் சில ஆண்டுகளாக கிராமாந்திர மக்களின் மனதில் குடி புகுந்திருக்கிறது- பிரச்சாரப் படையும், தலைவர்களும் செல்லமுடியாத பட்டி தொட்டிகள் நிறைய இருக்கின்றன. அங்கெல்லாம் என் நெஞ்சை விட்டகலாத தெருப் பிரசங்கிகள் கிளம்பவேண்டும், ஏதென்ஸ் நகரத் திலே சாக்ரடீஸ் எழுந்தது போல!

கடைத்தெருவிலே - சந்து முனையிலே - நடைபாதை களிலே - குளக்கரையிலே சிற்றாறுகளின் ஓரத்தில் - சிங்காரக் கொல்லைகளின் அருகாமையிலே - போவோர் வருவாரை நிறுத்திவைத்து நீண்ட பிரசங்கம் செய்வானாம் ஏதென்சுப் பெரியோன் சாக்ரடீஸ்!

கற்ற பெரியோர் இளைஞர் மாணவர் எத்தனைபேர் வேலைகள் வேண்டாமென பட்டி தொட்டிகளிலே பயிர் பச்சையைக் கவனித்தபடியும் ஓய்வு நேரத்தை எப்படிக் கழிப்பது என்று தெரியாதபடியும் இருக்கிறார்கள்! அவர்கள் எல்லாம் - தெருப் பிரசங்கிகளாக ஆகலாம். திராவிடத்து மண்ணை தீராத அடிமையிலிருந்து மீட்டிட தீரர் படையைத் திரட்டலாம்.

குக்கிராமத்து இளைஞர்களே! கோழி கூவுகிறது - "விடிந்தது விடிந்தது" என்று! நீங்களும் கூவுங்களேன் விடுதலை! விடுதலை!" என்று!

அப்படிக் கூவிடும் கிராமங்கள் இரண்டை எங்கள் சுற்றுப்பயணத்தில சந்தித்தோம். நெரூர் என்று ஒரு கிராமம். இங்கே கூட்டம் கூடுமா என்று காத்துக்கிடந்தோம். "இந்தக் காரை பார்க்கவாவது பத்து பையன்கள் வருவார்கள் சார்!" என்றார் தோழர் சத்தி. இந்தக் கிராமத்தை எப்படி அய்யா கண்டுபிடித்தீர்கள் என்று அம்பிலையும், மணியையும் நான் கேட்டேன். கூட்டம் வரட்டும் என்று சொல்லிவிட்டு நாங்கள்

கொஞ்சதூரம் உலாவப் போனோம். திரும்பி வந்தோம். திடுக்கிட்டோம். ஐயாயிரம் மக்களுக்கு மேலாக அமர்ந்திருந்தார்கள். ஆச்சரியப்படாமலிருக்க முடியவில்லை; எங்களால்! கரூர் நண்பர் கரிகாலனின் முயற்சிகளிலே ஒரு நல்ல அறுவடை நெரூரில் கழகம்.

நெரூர் நண்பர்கள் பாராட்டுக்குரியவர்கள். அதே போல எசனை என்று ஒரு ஊர் - அங்கேயும் கூட்டம். நெரூர் நிகழ்ச்சிக்கு முதல்நாள் சின்னதாராபுரம் கூட்டம் நடைபெற்றது. சின்னதாராபுரத்திலே கழகத்தை வளர்க்க உணர்ச்சிமிக்க காளையர் மிகப்பலர் இருக்கிறார்கள். கூட்டத்திற்கு முன்பு ஒரு ஊர்வலம் நடத்தினார்கள். அடடா! அதிலே ஒலியெழுப்பும்போது அந்த இளைஞரேறுகள் கொண்ட ஆர்வமிருக்கிறதே; அது கொந்தளிக்கும் கடலையும் வெல்லும்! குமுறிவரும் படையையும் கொல்லும்! சின்னதாராபுரம் கூட்டத்திற்கு மறுநாள் தான் எசனையிலே கூட்டம். பழைய பட்டிக்காடு அது!

அங்கே பத்தாயிரம் பேரா?

"ஏ! பழமையே! பல் இளிக்கும் பகையே! அடக்கு முறைகளே! அதிர் வேட்டுக்களே! அடிமைப்படுத்தும் ஆணவமே! அதிகாரத்தின் போதையே! வளர்ந்துவரும் எம்மைப் பார்! இன உணர்ச்சியை உற்று நோக்கு! அடங்கு! ஆமையாகு ! முடங்கு! ஓடிவிடு! கண்ணை மூடிவிடு!"

என்ற எச்சரிக்கை முரசத்தை காது செவிடுபடும் படியாக எசனை என்ற அந்தப் பட்டிக்காடு கொட்டிக் காட்டிற்று; கோணல் புத்திக்காரர்களுக்கு!

முகிலைத் தொடும் கொடியை உயர்த்தினர்! முரசுகள் முழங்கினர்! நல்லதோர் நாடகமும் நடத்திக்காட்டினர்.

எசனை நிகழ்ச்சி முடிந்து நான் சத்தி - செல்லமுத்து மூவரும் சென்னைக்குப் புறப்பட்டோம். அம்பிலையும், மணியையும் திருச்சிக்கு அனுப்பவேண்டும். வழியிலே ஏதாவது லாரிகள் திருச்சி சென்றால் அதில் ஏற்றிவிடுகிறோம் என்று சொல்லிக்கொண்டே ஐம்பது மைல்கள் கடந்து வந்து அவர்களை உளுந்தூர்ப்பேட்டை புகைவண்டி நிலையத்தில் இறக்கி விட்டுவிட்டு விடியற்காலை ஐந்து மணிக்கு சென்னை வந்தடைந்தோம்.

சுற்றுப்பயணத்தின் போது தோழர்கள் உடனிருந்தால் அலுப்பே தெரிவதில்லை. திடீரென வெடிக்கும் வேடிக்கை நிகழ்ச்சிகள் - அதன் விளைவாக எழும் கிண்டல்கள் கேலிகள் - வயிறு வலிக்க சிரிக்கவும் வாய் வலிக்கப் பேசவும் பயன்பட்டு பயணம் உற்சாகம் குறையாமல் அமைந்திட வழியும் ஏற்படும்.

இரண்டு மூன்று ஆண்டுகளுக்கு முன் வட ஆற்காடு மாவட்டத்திலே சுற்றுப்பயணம் நடைபெறுகிறது. மாவட்ட சார்பில் அமைக்கப்பட்ட வாடகைக் கார் ஒன்றில், நான்

– சத்தி - கண்ணதாசன் - செல்லமுத்து - திராவிடன் பதிப்பகம் கிருஷ்ணன் - ஆகியோர் பிரயாணம் செய்து கொண்டிருக்கிறோம். எங்களுக்காக அமர்த்தப்பட்ட கார் மிகவும் பழமையானது. “டடடட” என்ற ஒலியுடன் புறப்பட்டதேயானால் மாதம் போம் காத வழி ! அதுவும் 'டயர்' பொத்துக் கொள்ளாமல் - எண்ணெ அடைத்துக் கொள்ளாமல் என்ஜினுக்கு வலிப்பு நோய் வராமல் இருந்தால்! "இந்தக்கார் எத்தனை ஹார்ஸ் பவர்?" என்று கேட்டார் கண்ணதாசன், " ஒரே ஹார்ஸ் பவர் தான் - அதுவும் தென்னாலிராமன் ஹார்ஸ் பவர்" என்றேன் நான்!

வயதான காலத்திலும் இப்படித் துன்பப்படுத்துகிறார்களே, என்று பெருமூச்சு விட்டபடி புகைச்சலைக் கக்கிக்கொண்டு கார் போய்க்கொண்டிருந்தது.

வழியிலே ஒரு திருப்பம். எதிர் எதிரே வரும் வண்டிகள் தவறாமல் ஒலி முழங்கினால்தான் பத்திரமாக அந்தத் திருப்பத்தைக் கடந்து செல்லமுடியும். எதிரே ஒரு பஸ் வந்தது. எங்கள் காரும் சென்றது. இரண்டும் பெரிய விபத்துக்குள்ளாகி நொறுங்கிப் போக வேண்டிய பெரிய ஆபத்திலிருந்து ஒரு நூலிழையில் நாங்கள் தப்பித்துக் கொண்டோம். காரணம் எதிரே வந்த பஸ்டிரைவர் "ஹாரன்" செய்யாமல் வந்துவிட்டார் - அதனால் வந்த பயங்கரம்.

அக்த பஸ்ஸில் ஒரு சப் இன்ஸ்பெக்டரும் சில போலீசாரும் இருக்கிறார்கள். எங்கள் கார் டிரைவர் கோபமாக கீழே இறங்கினார். பஸ் டிரைவரைப் பார்த்தார்.

"ஏனய்யா ஹாரன் பண்ணாம வர்ரே ?

"நான் வேற பிரேக் இல்லாம வர்ரேன் !"

என்று கத்தினார் ஆத்திரமாக! பஸ் போய்விட்டது. எங்களுக்கு சிரிப்பால் ஏற்பட்ட வயிற்றுவலி போகவில்லை.

இம்மாதிரி டிரைவர் 'தமாஷ்' நிறைய நடப்பதுண்டு. திடீரென திருச்சி மாவட்டத்திலிருந்து வட ஆற்காடு மாவட்டத்திற்கு போய்விட்டோமே என்று எண்ணுகிறீர்களா! இரண்டு மாவட்டங்களுக்கும் தொடர்பு இருப்பதால் தான் உங்களை அங்கே அழைத்துச் சென்றேன்.

வட ஆற்காடு மாவட்டத்திலே வாணியம்பாடிக்கு அருகிலேயுள்ள முல்லைக்கொம்பையெனும் தமிழூர் தந்த செல்வம் தோழர் சத்தி, கல்லக்குடி போராட்டத்து முதல் வரிசைப் படைவீரரானார். திருச்சி சுற்றுப்பயணம் முழுதும் என்னுடன் இருந்தார். அவருக்கும், செல்ல முத்துக்கும், சிவப்பிரகாசத்திற்கும், பயணத் திட்டத்தை வகுத்தளித்த மணிக்கும், சிறப்பாக நடந்திட செயலாற்றிய அம்பிலுக்கும், துணைபுரிந்த தோழர் முத்துகிருஷ்ணனுக்கும் டால்மியாபுர

போராட்ட செயற்குழுவின் சார்பாக எசனை கூட்டத்திலே நன்றி தெரிவிக்கப்பட்டது.

திருச்சியில் நடந்த வெற்றிகரமான பொதுக்கூட்டங்களையும், மக்கள் காட்டிய ஆதரவையும் பொதுச்செய்லாளர் அவர்களிடத்திலே தெரிவித்தேன். ஜுலை 15ல் போராட்டத்தைத் துவக்கலாம் என்ற அனுமதியைத் தந்துவிட்டு அண்ணா அவர்கள் விருதுநகர் மாநாட்டிற்கு சென்று விட்டார்கள்.

தஞ்சை மாவட்டத்திலே வெங்கிடங்கால் என்ற சிறு கிராமம் ஒன்றிருக்கிறது. ஆர்வத்தின் ஊற்று இவர் என்று சுட்டிக் காட்டக்கூடிய ஒரு இளைஞர் ஆற்றல் மிக்கவர் - கழகத்திற்குக் கிடைத்த சந்தானம் ஒருவர் இருக்கிறார் அங்கே. ஜுன் 30ல் அங்கே கூட்டம் ஏற்பாடு செய்திருந்தார். நானும், தோழர் S. K. சாமியும் மற்றவர்களும் பேசினோம். நாகை வட்டாரக் கழகத்தின் துவக்கவிழாவும் அங்கு நடைபெற்றது. திருவாரூர்த் தோழர்கள் கருணை ஜமால் உட்பட பலர் வந்திருந்தனர். அந்தக் கூட்டம் அங்கே நடைபெறப் பெருமுயற்சி எடுத்துப் பணியாற்றிய தோழர்களில் ஜமாலும் ஒருவர். புதிதாக கழகப் பொறுப்புகளை ஏற்றுக்கொண்டு, தொண்டாற்றிடும் நண்பர் ஜமாலைக் காண்போர் அதிசயிப்பர்- "இவருமா இப்படிப் பணிபுரிகிறார்? " என்று கேட்டு! "வாழ்க்கை வாழ்வதற்கே!" என்ற வரட்டு தத்துவத்தின் மேல் வசீகரத்திலே மயங்கி - எப்படிப்பட்ட வாழ்க்கையை எப்படி நடத்துவது என்ற அடிப்படையை

ஆராயாத "மைனர்" களின் கூட்டம் செல்வக் குடும்பங்களிலேயிருந்து புறப்படுகிற காலம் இது! இந்தக் காலத்தில ஜமால் போன்றவர்கள் கழகப்பணி ஆற்ற முன்வருவது பாராட்டத்தக்கது! - ஏனையோருக்கும் வழிகாட்டக் கூடியது.

வெங்கிடங்கால் கூட்டம் முடிந்து சென்னைக்கு சென்றோம்.

சிதம்பரத்திலே மாநாடு - ஜூலை 4, 5, இருநாட்களிலே !

முரசு முழங்கியது

"தில்லையிலே, தீக்ஷிதர் கோட்டையிலே, தீனதயாபரன் கான முழக்கத்துடன் காலைத்தூக்கி காளியிடம் நர்த்தனம் செய்த கைலைப் பதியிலே" என்று பக்தர்கள் வர்ணிப்பர் அந்த க்ஷேத்திரத்தைப் பற்றி, அங்கே நமது மாநாடு!

"தீக்ஷிதர் மூவாயிரம் பேர் உண்டு அவர்களிலே ஒருவர் எங்கள் ஆடிய பாதர்" என நெஞ்சு நெக்குருகச் சொல்வர் சனாதனச் செல்வர். அங்கே நமது வீரர்கள்!

"நாளைப் போவார் என்று நாமம் பெற்ற நந்தனுக்கு நந்தி வழிவிட்டதும், செந்தீ பூத உடலைப் பொசுக்கி, புகழுடலை நிறுத்தி, ஜாதியிலே பறையனையும் ஜோதியிலே கலக்கச்செய்ததும் அத்திருத்தலத்திலே" என்பர் பழமை நண்பர். அங்கே நமது சமத்துவப் பேரொலி!

ஆரியாலயம் தில்லையிலே! அங்கே பக்திப் பிரவாகம்! அறிவாலயம் - அதன் எல்லையிலே! அங்கிருந்து பகுத்தறிவு வெள்ளம்! அண்ணாமலை நகரிலே உதயமான புதிய சகாப்தம் பொன்னான சந்ததி கண்ணான நமது நாட்டைக் காத்திடும் பண்பாடும் படையினர்.

பெருந்தடை கடக்கும் நெடுஞ்செழியன் - பேராசிரியர் அன்பழகன் - பெருமைமிகு மதியழகன் - வண்ணத் தமிழ்ச்

செல்வர் அரங்கண்ணல் வழக்கறிஞர் இளம்வழுதி - வாலிபத் தென்றல் வலிமைமிகு சொல்லாளர் வில்லாளன் - அனைவரையும் நாட்டுக்களித்த அண்ணாமலை நகர். அத்தகையோர் தோன்றுவதால் ஆரியம் சாகும் எனப் பயந்து எழுந்த பொன்னார் மேனியனின் திருக்கோயில்.

இரண்டுக்குமுள்ள வேறுபாடு பாரீர்..! என வேங்கையெனத் திரண்ட வீரர் கூட்டம்.

பழமையின் துர்நாற்றம், பக்தியின் பெயரால் பரிமள சுத்தமாக்கப்பட்டு - பாழ்பட்டுப் போனதடா தமிழன் வாழ்வு என்பதை வாய்விட்டுக் கதறும் அறிவு இயக்கமாம் - திராவிட முன்னேற்றக் கழகம், அந்தத் தில்லையிலே மாநாடு கூட்டிற்று.

நடனத்திலே சிறந்தவரா நடராஜரும் சிவகாமியும்! அப்படியானால் கோபிநாத்துக்கும் தங்கமணிக்கும் ஒரு கோயில் வேண்டுமே!

கேலி கலந்த கேள்வி யெழுந்தது.

பூசுரருடன் தன்னையும் சேர்த்துக்கொண்டு பூணூல் அணிந்த பெம்மான், சாதியின் தூதரல்லவோ? என்ற சந்தேகம் வலுப்பெற்றது.

பறையன், நெருப்பிலே மூழ்கினால் தான் இறைவனடி சேரலாம் என்னும் நியதி வகுத்தவன் மனுவினும் கொடியோன் - அக்கால மலான்! அவன் மகேசனல்ல!

இப்படி எரிமலை வெடித்தது!

ஆண்டவன் பெயரால் ஆலயப் பெருமைகளால் - ஆஷாடபூதிகளை வளரவிட்டு ஆரியத்தை உச்சாணிக் கொப்பில் ஊஞ்சலாட்டத் திட்டம் போட்டவர்களின் கொட்டமடக்க எட்டுத் திக்கும் பரவியது தி. மு. கழகம். அதன் பட்டுக்கொடி கட்டிப் பறக்கும் கிளைகளில் தில்லையும் ஒன்று.

அங்கே தான் சரித்திரத்தின் செப்பேட்டிலே திராவிடர் கொட்டிய பேரிகை செதுக்கப்பட்டது. பால் வடியும் முகமும் – பண்பு நிறை அகமும் கால் ஒடிய செயல் புரியும் ஆர்வமும் கொண்ட நண்பர் பாலகுருசாமியை வர வேற்புத் தலைவராய்க்கொண்ட, தென்னாற்காடு மாவட்ட மாநாடு ஜூலை 4, 5, நாட்களிலே தில்லையிலே கூடிற்று. மூன்று பெரும் போர்களுக்கு முரசறையப்பட்டது அங்கே!

முன்னணி வீரர்கள் அனைவரும் முழங்கினர்.

புதுக் கல்வித்திட்ட எதிர்ப்புப் போராட்டத் தலைவர் - பெரியாருக்குப் பெரியாரின் திருச் செல்வர் - பேச்சால் கருத்தால் - மூச்சால் - நாட்டுக் குழைக்கும் தோழர்- E. V. K.

சம்பத், தன் தலைமையிலே நடைபெறப்போகும் ஆச்சாரியார் வீட்டுமுன் மறியல் முறை பற்றியும் - கல்வித் திட்டத்தால் நமது சிறார்களின் கண்கள் எப்படிக் குத்தப்படுகின்றன என்பது பற்றியும் - அவருக்கே உரிய கணீர்க் குரலெடுத்து முரசறைந்தார்!

டால்மியாபுரப் போராட்டத் தலைவனாகிய நானும் முரசொலிக்கும் பணியேற்றேன்!

இறுதியில், எல்லாப் போருக்கும் தலைவராகிய - இந்த நாட்டின் செல்வமாகிய சிந்தை அணு - ஒவ்வொன்றும் சிலிர்த்திடப் பேசும் செந்தமிழ்க் காவலன் - செயல் மன்னன் - சிங்க நடையும், சிங்காரத் தென்றல் நடையும், பொங்கு கடல் நடையும், புரட்சிக் கவி நடையும், புதிய உரை நடையில் கண்ட பூமான் - புன்சிரிப்பால் பகை யோட்டி - பூரிப்பால் தம்பிமார் படைமீது விழியோட்டும் கோமான்! திராவிடத்தின் ஒளி விளக்கு தன்மானத் தீபச் சுடர் - தங்கத்துட் தங்கம் எங்கள் தனித் தங்கம்- அண்ணா பேச எழுந்தார்!

முரசுகள் ஆயிரம் பதினாயிரம் முப்பதினாயிரம் என்ற தொகையினதாய் ஒலித்தன.

"ஒரு தம்பியை ஆச்சாரியார் வீட்டுக்கு முன்னே அனுப்புகிறேன். ஒரு தம்பியை கல்லக்குடி களத்திற்கு அனுப்புகிறேன். களம் இரண்டோடு முடிவதில்லை தோழர்களே!

ஜூலை 15ம் நாள் - கல்லக்குடி களத்திலே கருணாநிதி நிற்கும்போது - அந்தப் போராட்டத்தின் அறிகுறியாகவும் தென்னாட்டவரை 'நான்சென்ஸ்' என்று இகழ்ந்து பேசிய நேருவை கண்டிப்பதற்கு அறிகுறியாகவும் தமிழகமெங்கும் உள்ள தமிழர்கள் புகைவண்டிகளை நிறுத்தப் போகிறார்கள் " என்று அண்ணா சொன்னதுதான் தாமதம் மாநாட்டுப் பந்தலாகவா இருந்தது அது ! வேலொடுவேல் உராசியதோ வாளொடு வாள் மோதியதோ - எனும் - விதத்திலே கையொலியும், அதை மிஞ்சும் நாவொலியும் எழுந்தன !

பேனாவை ஒரு போர்வாளாக்கிய அந்த தமிழ்த் தளபதியின் கரம் உயர்ந்தது - நாவோ வீரமுரசம் கொட்டியது - கனல் கிளம்பியது அவர் கண்களில், கனகவிசயன் பாதையில் நேரு போகிறார் எனச் சொல்லும்போது! புனலும் எழும்பியது; தமிழரை இழித்திடும் தருக்கரும் உளரோ தரணியில் என்று, அவர் கேட்டபோது!

'தம்பி! கருணாநிதி உன் சவ ஊர்வலமா செல்ல வேண்டும் - வேண்டாமடா வேண்டாம் - வெற்றி ஊர்வலமே செல்லட்டும்! சென்றுவா செருமுனைக்கு!' என்று அவர் வாழ்த்தியபோது கண்களிலே களிப்பு பொங்கியது எனக்கு - அதோடு கண்ணீரும் பொங்கியது - ஏன்? - என் அண்ணாவின் அன்புக்கரங்கள் அவ்வளவு பாசத்தோடு என் இருதயத்தைத் தழுவிவிட்டன; அதனால்!

வடநாட்டு மொழி ஆதிக்கத்தை எதிர்க்க இந்தியை எதிர்த்தோம். 'நான்சென்ஸ்' என்றார் நேரு!

பெரிய மனிதர் என எண்ணி ஒரு முறை எச்சரித்தோம்.

திருத்தணிப் போரிலே திராவிட முன்னேற்றக் கழகம் கலந்துகொண்டது. மீண்டும் நேரு சொன்னார் 'நான் சென்ஸ்' என்று!

கண்டனத்தைக் காட்ட 'ரயில் நிறுத்த' மென்றது தமிழகம் !

வடநாட்டு வாணிப ஆதிக்கம் தமிழகத்தில் கூடாது. திராவிடத்திற்காகாது தமிழர் நாட்டில் தமிழர் பெயர் வைக்கவும் உரிமையில்லையா? டால்மியாபுரத்தை மாற்றி கல்லக்குடியாக்கு என்றோம். கேட்கவில்லை போர் என்றோம்.

வளரும் சமுதாயத்தை முளையில் கிள்ள இங்குள்ள வட ஏகாதிபத்தியத்தின் மொத்த வியாபாரி ஆச்சாரியார் முயன்றார்.

அதற்கும் ஒரு போர் என அறிவித்தோம். போர் முனைக்குச் செல்க என்றார் பொதுச்செயலாளர்! எடுத்து செல்லவேண்டிய கருவிகளையும் குறிப்பிட்டார்.

கடமையெனும் வாள் கட்டுப்பாடெனும் கவசம்

கண்ணியமெனும் கேடயம்.- மூன்றும் எடுத்துச் செல் என்றார்; அந்த மூன்றெழுத்துச் செல்வர் அண்ணா!

முரசு அதிர்ந்தது! வடவர் ஆதிக்க அரசு கவிழ்ந்திடுக என முரசு அதிர்ந்தது! திராவிடர் தனி - பயமில்லை - இனி - என்ற முரசு அதிர்ந்தது! - முத்தமிழ் படை கெட முன்னேற்றம் தடைபட - இனி விடோம்! விடோம்! என முரசதிர்ந்தது ! எதிரிகள் கோடி இட்டழைப்பினும் தொடோம்! தொடோம்! என முரசதிர்ந்தது! ரத்தக் கடல்கள் - கொத்தும் இடர்கள் - எதையும் தாங்கும் இதயங் கொண்டோர் எழுந்தார் எனவே அதிர்ந்தது முரசு! விழுந்தது பகையென

அதிர்ந்தது முரசு!
அதிர்ந்தது முரசு!!
அதிர்ந்தது முரசு!!!

களம்

சிதம்பரம் மாநாடு போராட்டப் பொன்னேடாக மாறியது கண்டு திராவிடத் தரணி பூரிப்பில் ஆழ்ந்தது. நானும், சத்தியும், முத்துவும், திருவாரூர் நண்பர்கள் விசயராகவன், தென்னன், தியாகராசன் ஆகியோரும் தஞ்சைக்கு வந்து சேர்ந்தோம். கல்லக்குடி போராட்ட நிதிக்காக தஞ்சையிலே 'பரப்பிரம்மம்' நாடகம் ஜூலை 7ல் ஏற்பாடு செய்யப்பட்டிருந்தது.

திருச்சி மாவட்டத்திலே நடைபெறும் போராட்டம் - திருச்சி மாவட்டக் கழகம் பொறுப்பேற்று நடத்தும் போராட்டம் - அதற்கு தஞ்சை மாவட்டத்திலா நிதிவசூல் என்கிறீர்களா! - அப்படிப் பார்த்தால் திருச்சி போராட்டத்திற்கு தலைமையேற்று நடத்துபவனே தஞ்சை மாவட்டத்துக்காரன் தானே!

தஞ்சைத் தரணியும் திருச்சி பூமியும் காதலன் - காதலி போல! தஞ்சையிலே வீசிய புயல்கூட திருச்சியையும் எட்டிவிட்டுத்தானே சென்றது! அவ்வளவு தொடர்புடைய தஞ்சையிலே நாடகத்தை நடத்தும் பொறுப்பை தோழர் N.S.சண்முகவடிவேலும் தஞ்சை தி.மு.கழகத் தோழர்களும் - ராசகோபால் போன்ற நண்பர்களும் ஏற்றுக்கொண்டனர்.

தோழர் சண்முகவடிவேல் - எடுத்த காரியத்தை இனிது முடிக்கும் இயல்புடையவர் எதையும் முடியாது என்று

என்னிடம் கூறமாட்டார் சந்திரனுக்குத் தாவ வேண்டுமா - சூரியனைப் பிடிக்கவேண்டுமா - இதுபோன்ற கடினமான காரியங்கள் கூட அவருக்குச் சிறு கடுகு! நான் சொன்னால்!! பொன் குணமும், புன்னகையும், தோழமையில் களங்கமற்ற தன்மையும் கொண்ட சண்முகவடிவேலை என்னால் மறக்கவே முடியாது.

மறைந்த வீரர் டி. என் இராமனின் குடும்ப நிதிக்காக தஞ்சையிலே 'பரப்பிரம்மம்' நாடகம் நடத்தினோம். அங்குள்ள அந்த சிறிய தியேட்டரிலே இரண்டாயிரம் ரூபாய் மீதப்படுத்தி இராமன் குடும்ப நிதிக்குத் தந்திடும் வாய்ப்பை, வெகு பொறுப்புடன் உண்டாக்கித் தந்தார். முன்போல - அவர் முழுநேரம் கட்சிப் பணிக்கு செலவிட்டால் இன்னும் மகிழ்வேன் நான்.

தஞ்சையிலே 'தூக்குமேடை' நாடகம் நடத்தப்பட்ட காலத்திலே எனக்கு அறிமுகமானவர் தோழர் இராசகோபால். இயக்க ஆர்வத்தின் காரணமாக சில இடையூறுகளுக்காளாகி ஆனால் எந்த நேரத்திலும் என்பால் கொண்ட அன்புக்கு குறைவு வராமலும், இயக்க வளர்ச்சிக்கு உழைத்திடும் நெஞ்சுடனும், உலவுகிறவர் அவர்.

தஞ்சையிலே, பதி, பட்டு, பெத்தண்ணன், சோமு, பஞ்சாபிகேசன், நடராசன் முதலிய இயக்கத் தோழர்கள் கழகத்தின் தூண்களாக அமைந்திருக்கின்றனர்.

நாடகத்திற்கு மறுநாள் ஜூலை 8ல் தஞ்சை பொதுக் கூட்டம். மக்கள் வெள்ளத்திடையே - தில்லையிலே அண்ணா கொட்டிய முரசின் எதிரொலியாக இருந்தது. நானும், மணி, அம்பில் முதலிய தோழர்களும் பேசினோம்.

ஜூலை 8 - ஒரு சிறப்பான நாள். புதிய கல்வித் திட்டத்தைக் கண்டித்து சட்டசபையிலே குரலெழுப்ப வேண்டுமென்று திராவிட முன்னேற்றக் கழக ஆதரவு பெற்ற சட்டசபை உறுப்பினர்களிடம் கழகத்தின் சார்பாக ஊர்வலம் நடத்தி 'மகஜர்', சமர்ப்பிக்கப்பட்டது. அந்த நாளில் தான்.

அந்த முறைகூட தவறு என்று கூறிடும் விதத்தில் இந்த நீதிவாய்ந்த அரசாங்கம் சென்னையிலே மகஜர் அளிப்பதற்காக ஊர்வலம் நடத்திய விருதுநகர் வீரர் தோழர் ஆசைத்தம்பி சென்னை மாவட்ட செயலாளர் கண்ணபிரான் - அலமேலு அம்மையார் ஆகியோர் உள்ளிட்ட ஐம்பதுக்கு மேற்பட்ட தோழர்களை கைது செய்து தண்டித்தது.

கருணைமிக்க ஆட்சியின் அடக்குமுறை அவிழ்த்து விடப்பட்டு ஒத்திகை பார்த்த நாள் ஜூலை 8 என்று கூறலாம்.

தஞ்சைக் கூட்டத்தை முடித்துவிட்டு கல்லக்குடிக்குச் சென்றோம் களத்தை முன்கூட்டியே பார்வையிடுவதற்காக!

கல்லக்குடி கழகத்தின் செயலாளரும், போராட்ட செயற்குழு உறுப்பினர்களில் ஒருவருமான தோழர் தம்பு சாமி எங்களை

வரவேற்றார். தொண்டர்கள் தங்குவதற்கான பாசறை அமைக்க கல்லக்குடியிலே ஒரு இடம் தேடினோம்.

நாலைந்து பேர்கூட தங்குவதற்கு முடியாத சிறுசிறு குடிசை வீடுகள் தான் எங்களுக்குக் காட்டப்பட்டன.

புதிதாகவே ஒரு இடம் அமைக்கவேண்டும் என்று தீர்மானித்தோம். தோழர் தம்புசாமி தந்த ஒரு இடத்திலே போராட்டம் முடியும் வரையில் தற்காலிகமாக ஒரு கொட்டகை போடுவதற்குத் திட்டமிட்டோம். ஒரு கொட்டகை போடும் நண்பரை அழைத்து எவ்வளவு பணம் தேவையென்று கேட்டோம். அவர் எங்களைப் பார்த்தோ - அல்லது கொட்டகை போட ஏற்படும் உழைப்பிற்கான சம்பளத்தைக் கணக்குப் பார்த்தோ தொகை கேட்க வில்லை; எங்களின் மோட்டார் காரைப் பார்த்து தொகை கேட்டார். அவருக்குத் தெரியாது; அது ஊர் சுற்றுவதற்காக உள்ள சாதனம் என்று ! மிதமிஞ்சிய பணத்தின் உருவம் என்று எண்ணிக்கொண்டார் 'பாபம்'!

பின்னர் லால்குடி வந்து ஒரு தோழரை ஏற்பாடு செய்து கூடுமானவரையில் குறைந்த செலவில் கொட்டகை அமைக்கச் சொன்னோம். ஏறத்தாழ நூறு பேர் தங்குவதற்கு வசதியான நல்ல கொட்டகை "தொண்டர் முகாம்" என்ற பெயரில் அமைக்க ஏற்பாடு செய்யப்பட்டது.

மற்றும் ஆகவேண்டிய காரியங்களை தோழர் தம்புசாமி அவர்களின் பொறுப்பிலே ஒப்படைத்தோம்.

தம்புசாமி - இளைஞர், சூழ்ந்துள்ள பல தொல்லைகளுக்கிடையே நமது படைவரிசையில் பணிபுரியும் நண்பர்.

எல்லோரும் களத்தை சுற்றிப்பார்க்கச் சென்றோம்.

கல்லக்குடி ஒரு சிற்றூர். அங்கே நமது பூமியின் வயிறு அலங்கோலமாகக் கிழிக்கப்பட்டுக் கிடக்கிறது வடநாட்டு முதலாளியால்! சிமண்டு செய்வதற்கான மூலப் பொருளை எடுப்பதற்காக தாறுமாறாகப் பிளந்தெறியப் பட்டுள்ள கல்லக்குடி கிராமம் திராவிடர் உள்ளத்தையும் பிளந்திடத்தான் செய்கிறது, தன் நிலையைக் காட்டி!

மண்ணையும் மூலப் பொருள்களையும் தொழிற்சாலைக்கு அள்ளிக்கொண்டு செல்வதற்காக தண்டவாளம் போட்ட வண்டிகள் ஓடிக் கொண்டிருக்கின்றன. அந்த வண்டிகளுக்கு ஓய்வே இல்லை. அந்த கிராமத்தின் நடுவிலே - இருதயத்தைக் கீறிடும் விதத்தில இருப்புப்பாதை அமைத்து - அதிலே சிமண்டு செய்யும் பொருள்களை ஏற்றிச் செல்கிறார்கள் திராவிடத் தொழிலாளிகள் - வடநாட்டு முதலாளி கொழுப்பதற்காக!

கிணறு போலப் பல இடங்கள் தோண்டப்பட்டிருக்கின்றன. ஆழமான குளம்போல பல இடங்களில் பெருங் குழிகள் காணப்படுகின்றன. அந்தக் கிணறுகளிலும் - பெருங் குழிகளிலும் - பாளம் பாளமாக சுண்ணாம்புக் கற்கள் பலகை போல அமைந்திருக்கினறன. புத்தகம் அடுக்கப்பட்டிருப்பது போல காணப்படும் அந்த மூலப்பொருளை செந்தமிழ்த் தாயிடமிருந்து வட நாட்டான் அபகரித்துப் பெரியதோர் ஆலையை வானளாவக் கட்டியிருக்கிறான். அந்த ஆலையின் புகைக்கூண்டிலிருந்து கிளம்புகிற புகை மேகம் போல விண்ணில் பரவி கனத்தின் காரணமாக காற்றோடு கலக்க முடியாமல் சிறிது தூரத்தில் உள்ள ஏழை விவசாயிகளின் வயல்களிலே இறங்கிப் படிந்து அவர்களுடைய பயிர் வளத்தையும் நாசமாக்குகிறதாம்.

இரண்டாயிரம் திராவிடத் தொழிலாளர்களின் வியர்வை சிந்தப்பட்டு - அந்த வியர்வையிலே கல்லக்குடியின் மண் கலக்கப்பட்டு அந்த ரத்தச் சேற்றை அந்தப் பாட்டாளிகளின் சூடான பெருமூச்சாலேயே உலரவைத்து - சிமண்டு செய்து அதை திராவிடத்தின் வாணிபத் தெருவிலேயே வெள்ளிப் பணமாக்கி அந்த வெள்ளிப் பணத்தைக் கொண்டே ஒரு ஏகாதி பத்தியத்தை ஏற்பாடு செய்து கொண்டு எகத்தாளம் போடுகிறான் இருதயமிழந்த வட நாட்டான்.

கல்லக்குடி, தொழில் வளம் தரும் செழிப்பான நிலம். அந்த நிலத்துக்குடையோர் நித்திய தரித்திரர். குனிந்து செல்லவும் முடியாத குடிசைகள் அவர்களின் மாளிகை. அவர்கள்

அண்ணாந்து பார்த்து பெருமூச்செறியும் அவ்வளவு உயரமான வடநாட்டு ஆலை!

ஆலையிலே புகை அதிலே தமிழர் மானம் போகும் !

1938ல் அந்த மண்ணிலே காலெடுத்து வைத்த வடநாட்டு முதலாளிதான் டால்மியா, தனக்குச் சொந்தமாக ஒரு இடத்தை வாங்கி அதிலே டால்மியா தொழிற்சாலையை அமைத்தார். தனக்குச் சொந்தமில்லாத ஒரு இடத்திலே அமைந்த புகைவண்டி நிலையத்திற்கும் தன் பெயரை சூட்டிட ஏற்பாடு செய்தார். வெள்ளைக்காரனுக்கும் வடநாட்டு முதலாளிக்கும் ஏகபோக சுரண்டல் கூடமாக இருந்த திராவிடநாடு வெள்ளைக்காரன் அந்த உறிஞ்சும் கூட்டுறவிலிருந்து விலகி தன் நாட்டிற்கு சென்றுவிட்ட பிறகு - வட நாட்டானின் நிரந்தரமான சுரண்டல் பூமியாக ஆக்கப்படுவதற்கான சூழ்நிலை தினம் தினம் பலமடைந்து வருகின்றது. அதற்கு ஒரு உதாரணம் டால்மியாபுரம்!

வீட்டிலே நுழைந்த திருடன் தூங்கும்போது கொள்ளையடித்தது மில்லாமல் பொருள்களை மூட்டைகட்ட - தூங்கியவன் தொடையிலேயே கயிறு திரிப்பது போல நமது மண்ணைச் சுரண்டிக் கொழுக்கும் வட நாட்டினர் - இந்த மண்ணிலே தங்கள் பெயரையும் பொறித்திடத் துணிந்துவிட்டனர்.

பொருளைத் தான் கொடுத்தோம் போற்றி வளர்க்கும் மானத்தையும் கொடுத்துவிட வேண்டுமாம் "ஆமாம், கொடுக்கத்தான் வேண்டும்" என்று அகங்காரமாக நின்றுகொண்டிருக்கிறது கல்லக்குடியிலே - "டால்மியாபுரம் ஸ்டேஷன்."

புகைவண்டி நிலையத்தை சுற்றிப்பார்த்தோம். ஏராளமான தொழிலாள நண்பர்களும் கல்லக்குடி பெரியவர்களும் - இளைஞர்களும் - மாணவர்களும் எங்களை வந்து சந்தித்து, போராட்டத்தைப் பற்றிய செய்திகளை ஆவலோடு விசாரித்தனர்.

சில மாதங்களுக்கு முன்பு கல்லக்குடியில் ஏற்பட்ட தீ விபத்தால் சில குடிசைகள் நாசமாகி மக்கள் அவதிக்குள்ளாயினர். அவர்களுக்கு நிவாரணம் அளிப்பதற்காக நானும், புரட்சி நடிகர் எம். ஜி. ராமச்சந்திரன் அவர்களும் தலைமை வகித்து நாடகம் ஒன்று நடத்தப்பட்டு நிதியொன்று அளிக்கப்பட்டது.

நாடகத்தன்று அங்கு நடந்த பொதுக்கூட்டத்திற்கு டால்மியா தொழிற்சாலை தொழிலாளர் சங்கத்தின் உபதலைவர் மைனுதீன் அவர்கள் தலைமையேற்று நமது போராட்டத்தை ஆதரித்துப் பேசியதோடு தொழிலாளர் உதவியையும் தருவதற்கு தடையில்லை என்று குறிப்பிட்டார்.

களம் பார்வையிடல் முடிந்ததும் நான் - சத்தி - அம்பில் முதலியோர் சென்னைக்குப் புறப்பட்டோம். சென்னை மாநாட்டில் கலந்துகொள்வதற்காக ! - சென்னையில் ஜூலை *11-12* தேதிகளில் மாவட்ட மாநாடு நடைபெற்றது.

அந்த மாநாட்டிலே ஒரு பெருஞ் சிறப்பு என்ன வென்றால் கழகத்தின் வைரம் பாய்ந்த கிழவர் - அனுபவப் பெரியார் - *S. V.* லிங்கம் அண்ணா அவர்கள் தலைமையேற்று கருத்தும் - அழகும் நிறைந்த பேருரை ஆற்றியது தான்!

"ஆச்சாரியார் கூறுகிறார் தன்னுடைய கல்வித் திட்டம் சரியில்லை என்றால் - தன் கல்லறை மீது மண்ணை வாரி இறையுங்கள் என்று! பாவம் ! அவர் நீடூழி வாழட்டும் - நாங்கள் அவருடைய கல்வித் திட்டத்தின் மீது மண்ணை வாரிப்போட்டு மூடுகிறோம்" என்று லிங்கம் அண்ணா கூறியதும் எங்களை அறியாமலே எழுந்து குதித்துவிட்டோம் கடினமான அரசியல் கருத்துக்கள் - அவருடைய கொச்சைத் தமிழால் எளிய உருவம் பெற்று - எவருக்கும் விளங்கும் விதத்திலே வெளிவந்தன.

எளிமையான வாழ்க்கை முறையும் - யாதும் ஊரே என்ற வாழ்க்கைத் தத்துவமும் சிறியோரானாலும் சிறப்புடையோரை பெரிதும் மதித்திடும் சீரிய பண்பாடும் - பெரியோராயினும் பிழை புரிந்தோரை தூசெனக் கருதும் உள்ளமும் - இயக்கத்திற்காக ஓடி ஓடி, கோடி கோடி செயல்கள் புரியவேண்டுமென்ற ஆசையும் ஆனால் அதற்குத்

தடையாக எதிர் நிற்கும் தள்ளாத கிழப் பருவமும் - கொண்ட லிங்கம் அண்ணா தன்னுடைய பல ஆண்டு காலப் பொதுவாழ்வில் அன்றுதான் ஒரு மாநாட்டிற்குத் தலைமையேற்கும் வாய்ப்பு பெற்றார்.

அந்த மகிழ்ச்சியான செய்திகேட்டு சென்னை பூரிப்படைந்தது. அவரை இருட்டுக்குள் தள்ளி வைத்திருந்த பெரிய மனிதர்கள் இப்போது வயிறு எரிந்திருப்பார்கள்.

லிங்கம் - ஒளிப்புறத்திற்கு வந்தார். இளைஞர்கட்கும். ஒளிப்பாதையைக் காட்டினார்.

11ம் தேதி இரவு மாநாட்டில் 'பரப்பிரம்மம்' நாடகம். நாடகத்தை முடித்துவிட்டு நானும், நண்பர்களும் உடனே திருச்சிக்குப் புறப்பட்டோம், 12ந் தேதி திருச்சி மாவட்ட செயற்குழுவில் கலந்துகொள்வதற்காக!

12ந் தேதி காலை சென்னையிலே தாயிடமும் - சேய்களிடமும் - துணைவியிடமும் விடைபெற்று கல்லக்குடி களம் செல்கிறேன் ! நான் வந்து உங்களைப் பார்ப்பேனோ - அல்லது நீங்கள் வந்து என்னைப் பார்ப்பீர்களோ -தெரியாது" என்று கூறிவிட்டு திருச்சியை நோக்கினேன். பிற்பகல் இரண்டு மணிக்கு திருச்சி வந்தடைந்தோம். மாவட்ட செயல்வீரர்கள் அனைவரும் வந்திருந்தனர், அவர்களிடத்திலே போராட்டம்பற்றி கலந்து பேசியபிறகு - இப்போதுள்ள செயற்குழு, அடக்குமுறைக்கு ஆளானால் அடுத்து வேலை

செய்ய ஒரு செயற்குழுவைத் தேர்ந்தெடுத்தோம். அது, மற்றொரு செயற்குழுவை அமைத்துக் கொள்ளலாம் என்கிற அதிகாரமும் அந்தக் குழுவிற்கு அளிக்கப்பட்டது. இப்படி அமைப்பு முறையோடு போராட்ட திட்டங்களும், செயற்குழுக்களும் தோற்றுவிக்கப்பட்டன.

14ம் நாள் காலையில் திருவாரூர் சென்றேன்; அங்கிருந்து விடைபெற்று லால்குடி பொதுக்கூட்டத்திற்குப் புறப்பட்டேன். 13ம் நாள் எங்கிருந்தேன் என்று சொல்ல முடியாது. போர்முனையிலே தான் போலீசாரிடம் சிக்க வேண்டும் என்ற ஆசையினால் தூண்டிவிடப்பட்டேன் அதனால் தான் ! போலீசார் என்னைத் தேடி நான் ஒடிவிடவில்லை. அதுபோன்ற இயக்கமுமல்ல நாம் சார்ந்திருப்பது! நாமே சென்று அடைபடுவானேன் - களத்திலே நம் கடமையை நாம் செய்வோம் போலீசார் கடமையை அவர்கள் செய்யட்டும் என்ற கருத்துடனே மருத்துவ மனையில் நண்பர் பராவிடம் அன்பு விடை பெற்றுக்கொண்டு, நேராக லால்குடியில் நடைபெறும் பொதுக்கூட்டத்திற்கு சென்றேன். செல்லும் பாதையிலேயே பொதுச்செயலாளர் அண்ணா, நெடுஞ்செழியன், சம்பத், மதியழகன், நடராசன் ஆகிய செயற்குழுவினரை செயற்குழு கூட்டத்தில் போலீசார் கைது செய்துவிட்டனர் என்ற செய்தி கிடைத்தது.

கல்லக்குடி எனக்குக் களமாகத் தெரியவில்லை. திராவிடமே ஒரு போர்க்களமாகக் காட்சியளிப்பது போல் தெரிந்தது.

திராவிட முன்னேற்றக் கழக ஆதரவு பெற்றசட்டசபை உறுப்பினர்களும் மற்றவர்களும் சுமார் நூறுபேர் அண்ணா முதலியோரை கைது செய்ததைக் கண்டித்து சட்டசபையிலிருந்து வெளியேறினார்கள் என்ற செய்தியும் திராவிடத்தை உற்சாகப்படுத்திற்று.

லால்குடியை அடைந்தோம் ஜூலை 14-ம் நாள்! மறுநாள் காலையிலே ஜூலை 15! ஆம் சூளுரைக்கும் ஜூலை 15! "முரசொலி கேட்குது; முன்னணி அமையுது ! என்று மூவேந்தர் பரம்பரையை அழைத்த ஜூலை 15! இழிவு துடைக்க வாரீர் ! இன உணர்ச்சி கொள்வீர்! வஞ்சக வடநாட்டிற்குத் தென்னாட்டில் ஆதிக்கமாம்; நெஞ்சமூத்தம் பாரீர் ! நேற்று மூவேந்தர் - இன்று டில்லி நாளை நாம் - என்ற உறுதிப் படையெடுப்போம் - இறுதி வரை எதிர்ப்போம் - கல்லக்குடியில் முதல் களம் அமைப்போம் - உயிர் வெல்லமென்போர் விபீஷணர் - அவர் விலகட்டும்! புறப்படுவோம் போர்முனைக்கு ! புறநானூறு நமது கையில்! பழந்தமிழர் வரலாறு நமது நெஞ்சில்! எதிரே பகைவர் ! இளித்து நிற்கும் 'டால்மியாபுரம்' என்ற பெயர்! திராவிடமே உனது தீர்ப்பை வழங்கு! என்று பரணி பாடியபடி படை கிளம்பிய ஜூலை 15. பகை தகர்ப்போம் - நகை உதிர்ப்போம், வென்றோ மென்று! என வீர முரசு கொட்டிய ஜூலை 15!

திராவிடா ! வடநாட்டில் உன் நாட்டுக்குப் பெருமை கிடையாது. உனது தலைவர்களுக்கு ஞாபக மண்டபம் கிடையாது.

ஆனால்; இழிவு நிரைந்தவனே ! இந்த நாட்டில் வட நாட்டானுக்குப் பூரணகும்பம், பூரிப்பான வாழ்வு, உல்லாசம், உற்சாகம். அய்யகோ! அவமானம்! அவமானம்! எனக் கதறியழுத ஜூலை 15! உடனே புறப்படு - உறைவிட்டெழும் வாளெனவே புறப்படு - புலியே! புயலே! எழுந்திரு நிலவு சிரிக்கிறது நினது நிலைகண்டு - விண்மீன் கண் சிமிட்டிப் பரிகசிக்கிறது; சிங்கத் திருவிடத்தில் சிமண்டு முதலாளியின் பெயரா என்று கேட்டு! ஆனால்- இதோ - கடல் குமுறுகிறது - உனக்கும் அழைப்பு மடல் விடுகிறது - புறப்படு - புறப்படு என்று ஒலி கிளப்பிய ஜூலை 15!

அந்த ஜூலை 15 பற்றிய கடைசிக்கூட்டம் ஜூலை 14ல் லால்குடியில் நடைபெற்றது. சில மாதங்களுக்கு முன் லால்குடியிலே தான் டால்மியாபுரம் பற்றிய தீர்மானம் நிறைவேறியது அதற்குப் பிறகு நடந்தவை என்ன என்பதை விவரித்து போர்முரசு கொட்டிய கூட்டமும் அதே லால்குடியிலே தான் நடத்தப்பட்டது. அந்த லால் குடிதான் கல்லக்குடி களத்திலே பிணமாகப் போன நடராசனைப் பெற்றெடுத்து பெருமையடைந்த பூமி. பொதுக் கூட்டத்திற்கு தோழர் பழனியாண்டி M. L. A., அவர்கள் தலைமை தாங்கினார். அவர் டால்மியா தொழிற்சாலை தொழிலாளர் சங்கத்தின் தலைவர். திராவிட முன்னேற்றக் கழகத்தின்பால் அன்பு கொண்டவர். டால்மியாபுரப் போராட்டம் எவ்வளவு அவசியமானது என்பதை அவர் விளக்கினார்.

கூட்டம் நடந்துகொண்டிருக்கும் போதே நண்பார் கண்ணதாசனும் - காரைக்குடி தோழர் ராமசுப்பையாவும் மேடைக்கு வந்தார்கள். கண்ண தாசனும் கூட்டத்தில் பேசினார். போரில் கலந்துகொள்வதற்காகவே தானும் ராமசுப்பையாவும் வந்திருப்பதாகக் கூறினார்.

கூட்டம் சிறப்புடன் முடிவுற்றது. அன்றிரவே எல்லோரும் கல்லக்குடிக்குப் புறப்பட்டோம்.

பொதுச்செயலாளர் அண்ணாவைப் பூட்டிவிட்ட காரணத்தால் போராட்டம் புகைந்து போய்விடும் என்று ஆட்சியாளர் கருதினர். புகைவண்டிகள் நிற்காமல் ஓடும் என்று உறுதியாக நம்பினர். ஆச்சாரியார் வீட்டு மறியலுக்கு யாரும் வரவே மாட்டார்கள் என்று தப்புக்கணக்குப் போட்டனர். கல்லக்குடியிலே எட்டிப் பார்ப்பதற்குக் கூட ஆள் இருக்கமாட்டார்கள் என்று கனவு கண்டு களிப்படைந்தனர்.

"அமைதி அமைதி!" என்று முழங்கிக்கொண்டிருந்த அண்ணாவை சிறையில் பிடித்துப்போடுவதற்கு இவர்களுக்கு எந்த நியாயம் இடம் கொடுத்ததோ தெரியவில்லை. அவரைப் பிடித்து அடைத்துவிட்டால் அறப்போர் அடங்கிவிடும் என்று எந்த ஆரூடக்காரன் சொன்னானோ தெரியவில்லை! அண்ணா சிறையில் ! ஆனால் அவர் தந்த உரைகள் போராட்ட முறைகள் பொன்னிகர் மொழிகள் - வெளியில் - ஆயிரமாயிரம் உள்ளத்திலே குடியேற்றிவிட்டவை என்பதை உணரவில்லை -

ஊராள வந்தவர் அதை உணரச்செய்கிறோம் என்று குருதி கொதித்தவர்கள் காத்துக் கிடந்தார்கள்.

கல்லக்குடியிலே இரவு இரண்டு மணிக்கு தொண்டர் களப்பாசறையிலே அறப்போர் வீரர்களின் அணிவகுப்பு நடைபெற்றது. போராட்டத்திற்கு பதிவு செய்யப்பட்டு முதல் இரண்டு நாள் போரிலே கலந்துகொள்ளவேண்டியவர்கள் 14ம் தேதி இரவே வரவேண்டுமென்று அழைப்பு அனுப்பப்பட்டவர்கள் எல்லாம் - அந்த அழைப்புச் சீட்டை அடையாளமாகக்கொண்டு பாசறையில் இடம் பெற்றார்கள்.

15ம் தேதி போருக்கான வீரர்களை மூன்று பகுதிகளாகப் பிரிக்கப்பட்டது.

முதல்படை - இரண்டாம்படை - மூன்றாம்படை. ஒவ்வொரு படைக்கும் இருபத்தைந்து வீரர்கள். முதல் படைக்கு நான் தலைவன். இரண்டாம் படைக்கும் மூன்றாம் படைக்கும் முறையே காரைக்குடி தோழர் ராம சுப்பையா- தோழர் கண்ணதாசன் ஆகியோர் தலைவர்கள்.

போராட்டத்தில் எப்படியெப்படி அமைதியோடும் - கண்ணியத்தோடும் - கட்டுப்பாட்டோடும் நடந்து கொள்ள வேண்டுமென்று தொண்டர்களுக்கு பயிற்சியளிக்கப்பட்டது. நல்ல இரவு. திராவிடத்தை இருள் கவ்விக் கொண்டது போலவே வையகத்தையும் இருள் கப்பிக்கொண்டிருந்தது அந்த இரவில் யாருக்குமே தூக்கம் வரவில்லை. மறுநாள்

காலையில் நடைபெறப்போகும் போராட்டத்தைப் பற்றிக் கற்பனைகள் செய்துகொண்டிருந்தோம்.

போர் நிகழ்ச்சிகளில் உடனிருந்து உதவுவதற்காக தஞ்சையிலிருந்து தாமரைச்செல்வன் வந்திருந்தார்.

தாமரைச்செல்வன் என்ற தமிழ்ப் பெயரிலே - புனைப் பெயரிலே - உலவும் தோழரை நீங்கள் அறிவீர்கள். பேச்சிலே தென்றலும், எழுத்திலே அருவியோட்டமும் கொண்ட நண்பர் தாமரைச்செல்வன், நெருக்கடியான நிலைமை களுக்கிடையிலும் சுற்றிச் சுற்றி பிரசாரப் பணி புரியும் சுழல் விளக்கு. இளைத்த உடல் வலுத்த உள்ளம் - அந்த இளைஞரேறு அறப்போர் முனையிலேயிருந்து ஆவன செய்தார். வீரர்களுக்கு ஆர்வமூட்டினார். இலட்சியக் கதைகளைப் பேசிப்பேசி அந்த இரவை ஓட்டினோம். அவர், நான், மணி, அம்பில், சத்தி, முத்து, கண்ணதாசன், ராமசுப்பையா, C. D. மூர்த்தி ஆகியோர்!

ஜூலை 15! விடிவெள்ளி முளைத்தது வீழ்ந்த திராவிடத்திற்கும் விடுதலை உதயமாகப் போகிறது என்பதை அறிவிப்பதுபோல!

சேவல், "கொக்கரக்கோ" எனக் கூவிற்று; அது எல்லோரும் "புறப்படுங்கோ!" என்பதுபோல் இருந்தது.

செங்கதிரோன் எழுந்தான் வெங்கு நதி தனிற் - அமழ்ந்து வீரஞ் செய்கின்ற மூச்சோடு தமிழகமே எழுந்தது.

தமிழர் மீது தருக்கு மொழி வீசுவது வடவர்க்கு வாடிக்கை - ஆனால் வரலாறு சொல்கிறது; தருக்குமொழி பேசியோர் தலையொடியக் கல் சுமந்தனர் என்று! வரலாற்றை மறந்தனர் வாடிக்கையை மறக்கவில்லை! அந்த வடநாட்டார்க்கு எச்சரிக்கை செய்வோம்.

ஏ! தமிழ் நிலமே! எழுந்திரு! என முழங்கியது கடல்!

கடலின் கொந்தளிப்பு உள்ளத்திலே! காலைக் கதிரவனின் நிறம் கண்களிலே ! சேவலின் மிடுக்கு நடையிலே!

தமிழர் பட்டாளம் எழுந்தது! எழுந்தது! எவரும் எமக்கு இணையில்லை - எனக் கூறி எழுந்தது !

மகதமும், அவந்தியும் மணி மண்டபங்களை - தோரண வாயில்களை - முத்துப்பந்தர்களை எங்கள் கரிகாலன் - எனும் திருமாவளவன் காலிலே வைத்து காணிக்கை செலுத்தி கைகட்டி நின்ற காலமொன்றிருந்தது ! அந்த வடநாடு இன்று கரிகாலன் பரம்பரையை இகழ்ந்து பேசுகிறது! இமயத்தின் நெற்றியிலே புலிக்கொடி! இது தமிழர் ஏடு! அதிலே மண்மேடு குவிய மதோன்மத்தர்கள் முயல்வது நாமும் பழைய பண்பாடு மறப்பது ! நியாயமா மாநிலமே! மறவர் மண்ணே! மாசற்ற பூமியே!

கண்ணீரும் - கனலும் சேர்ந்து கிளம்பும் விழியுடை வீரர்கள் எழுந்தனர் ! எழுந்தனர்! பறந்தனர் பறந்தனர். படை முகாம்களுக்கு!

வீரர்களின் அடிச்சுவடுகளை சூழ்ச்சிக்காரர்கள் அழித்துவிட்டிருக்கலாம்; ஆனால் காலம் - கூடியவரையில் அவைகளைக் காப்பாற்றித்தான் வைத்திருக்கிறது. அதையும் ஒழித்துக்கட்ட முயலும், ஒண்டவந்த பிடாரிகள் - அவர்களுக்கு சாமரம் வீசும் தமிழ்நாட்டு ஒதிய மிலார்கள் -ஒழிந்திடுக ! ஒழிந்திடுக! என உயர்ந்திட்டது போராட்டக் கொடி..!

சிவப்பும் கருப்பும் கலந்த கொடி - இழிவுதனைக் காட்டிக் கொண்டோம், இருள் நிறைந்த திராவிடமே! பழி தீர்த்துக் கொள்ளத்தானே பச்சை ரத்தம் பாய்ச்சிடுவோம் - என்று பறைசாற்றிடும் கொடி! உயர்ந்தது! உயர்ந்தது! தமிழ்நாட்டுத் தெருவெல்லாம் நிறைந்தது! - கல்லக்குடியிலே - டால்மியா தொழிற்சாலையிலே புகை கிளம்பிற்று. புரட்சி எரிமலையிலும் புகை எழும்பிற்று!

அந்நிய ஏகாதிபத்தியத்தின் ஆணவத்தை - அதிகாரக் கொழுப்பை எதிர்த்திட திராவிடம் கொடி தூக்கிய நாள் - கொடுமையைக் களைந்திட வரிந்துகட்டிய நாள் குள்ளநரிக்குணம் படைத்தோர் கொட்டம் அடங்கிடக் கொக்கரித்த நாள் மூவேந்தர் மரபு மீண்டும் முரசு கொட்டிய

முதல் நாள் - ஜூலை 15ம் நாள் - மலர்ந்தது! - மலர்ந்தது! ஆட்சிக்காரரர் நெஞ்சிலே எஞ்சியிருந்த இரக்கமும் உலர்ந்தது ! உலர்ந்தது! - ஆனாலும் அவர்கள் பிடி தளர்ந்தது! ஆணவத்தின் தலையிலே இடி விழுந்தது!-

ஆயிரக்கணக்கான மக்கள், களங் காண வந்துவிட்டனர், கல்லக்குடிக்கு! தொண்டர் பாசறையிலே முதல் முரசு ஒலித்தது! முதல் படை கிளம்பியது!

நான் முன்னே - என் பின்னே இருபத்திநாலு வீரர்கள் - எம்மைச் சுற்றி ஆயிரமாயிரம் தோழர்கள் - திராவிடத் தாயின் தலையிலே வடநாட்டான் சூட்டிய அவமானக் கிரீடம். அதைக் கழற்றி குப்பைமேட்டில் எறிய முடியாதபடி தாயின் கரங்களில் விலங்கு. அந்த விலங்கொடிக்கும் விடுதலைப் பட்டாளம் முதல் படை - கல்லக்குடியிலே நடைபோட்டது. 'கிளம்பிற்றுக்காண் தமிழர் சிங்கக் கூட்டம் கிழித்தெறியத் தேடுதுகாண் பகைக் கூட்டத்தை' என்றிடும் விதத்திலே - இந்நாட்டான் இங்கு வாழ்வான் தமிழ்நாட்டான் தலை குனிந்தான் இதோ நிமிர்ந்தான்! விழித்துவிட்ட காட்சியைப் பார் - இனிக் கொழித்துவிட்ட உமிகள் தான் கொடுங் கோன்மைக் கூட்டத்தார்! என்றிடும் விதத்திலே - புழுதி யெழுப்பியவாறு போர்ப்படை களம் நோக்கி விரைந்தது! - நடந்தனர் வீரர்கள்! பல தெருக்களைக் கடந்தனர் தீரர்கள் ! குருடர்களும் பார்த்தனர் கூனர்களும் நிமிர்ந்தனர்!

"அடைந்தே தீருவோம் அருமை மிகு திராவிடத்தை!"

"புலிவாழ் நாட்டில் எலிபுகு காவியமா?"

"தமிழர் வீட்டில் வடவர் மொழியா?"

"எங்கள் மண்ணில் அயலான் பெயரா?"

முழங்கினர்! முரசு கொட்டினர்! முன்னேறினர்!

செவிடர்களும் கேட்டனர்! ஊமைகளும் வாழ்த்தினர்!

களம் வந்தது செந்தமிழன்னையின் கண்களைக் குத்தியிருக்கும் இடம் வந்தது பெருமைக்குரிய தாய் - புலம்பிக்கொண்டிருந்த இடம் வந்தது - வடநாட்டு ஆதிக்கம் திராவிடர் நெஞ்சிலே ஈட்டியால் குத்திக்கொண்டிருக்கும் இழிவுநிறை இடம் வந்தது - தமிழரின் சொத்து சுருட்டப்படும் இடம் வந்தது - தமிழரின் வீரம் புதைக்கப்பட்ட சுடுகாடு வந்தது.

"டால்மியாபுரம்" அந்த அவமானச் சின்னம், பல்லை இளித்தபடி நின்றுகொண்டிருந்தது! அன்னையின் தலையிலே அழுத்தப்பட்ட முள் கிரீடம் ! திராவிடர் மானத்தை சித்திரவதை செய்ய அமைக்கப்பட்ட சிலுவை ! அய்யோ! அந்தக் கிரீடத்தின் வழியாக எங்கள் பெற்ற தாயின் குருதி சொட்டிக்கொண்டிருந்தது! அய்யகோ! பிறந்த

பொன்னாட்டின் உதிரம் வெள்ளம்போல் பெருக்கெடுத்தது அந்த சிலுவையின் வழியாக !

எங்களைச் சீராட்டிப் பாராட்டி செந்தமிழையும் ஊட்டிய சிலம்பணிந்த செல்வி மணிமேகலாதேவி - மாணிக்க குறள் ஒலிக்கும் மாதா - வளையாபதியுடைய குண்டலகேசி வஞ்சகர் பூட்டிய விலங்கால் வாட்டமுற்றுக் கிடந்தாள்!

அவள் வாட்டம் போக்க வந்துவிட்டோம் நாங்கள்! எங்கள் செல்வத் திருநாட்டை சித்திரவதை செய்யும் சிலுவையை போலீசார் புடைசூழ்ந்து காத்தனர்.

நாங்கள் விலக்கவந்த விலங்கிற்கு துப்பாக்கி வேலி போட்டனர்.

துடித்தழும் மாதாவை தூரத்திலேயிருந்து பார்! தொடாதே! அவள் தொல்லையுறுவதை ரசி ! என்றது அரசாங்கம்!

கோழைகள் கேட்பர் மோழைகள் பின்னடைவர் "நாங்கள் வாழைக்குக் கன்றல்ல - ஆலுக்கு விழுதுகள்"- அன்னை திராவிடத்திற்கு மக்கள் இப்படிப் பதில் தந்தோம்! ஓடினோம்; அன்னையிடம்! முள் கிரீடத்தைக் கழற்றி எறிந்தோம் ரத்தம் கசியும் நெற்றியிலே மருந்து வைத்தோம்.

"டால்மியாபுரம் " என்ற பெயரை மறைத்தோம். "கல்லக்குடி" என்ற பெயரை அந்தப் பலகை மீது ஒட்டினோம்.

வடநாட்டான் வசமுள்ள புகைவண்டி வந்து நின்றது. "அதிகாரபூர்வமாகப் பெயரை மாற்று! அதன் பிறகு ரயில் செல்லட்டும்" என்று முழங்கினோம். நாங்கள் இருபத்தைந்துபேர் - இலட்சிய பேரிகை ஒலித்தோம். புகைவண்டி புறப்பட ஆயத்தமானது.

முதலில் ஐவர்! புகைவண்டியின் முன்னே படுத்தோம். நான் – சத்தி, கஸ்தூரி, குமாரவேல், குழந்தைவேல் - தண்டவாளத்தைத் தலையணையாகக் கொண்டு இருப்புப் பாதையை பஞ்சுமெத்தையாக்கி - நிண்ட தூக்கத்தை அளிக்கக்கூடிய மாமருந்தாம் புகைவண்டிக்குப் பக்கத்திலே சாய்ந்தோம்.

கூடிநின்ற ஆயிரமாயிரம் உள்ளங்களும் துடித்தன. ஒரே அமைதி. என்ன நடக்கப்போகிறதோ. என்று மக்கள் வெள்ளம் அலையடங்கிக் கிடந்தது. துப்பாக்கி ஏந்திய ரிசர்வ் போலீசார் வளையம் வளர்ந்தது. கலெக்டர், ஏ. டி. எஸ்.பி., சர்க்கிள், சப் - இன்ஸ்பெக்டர், மாஜிஸ்டி ரேட், சார்ஜண்ட் எல்லோரும் எங்கள் பக்கம் வந்தனர்.

'ஏன் இப்படிப் படுத்திருக்கிறீர்கள்?' என்றனர்.

'எங்கள் இலட்சியத்தை எடுத்துச் சொல்வதற்காக' என்றேன்.

"இது பொதுஜனங்களுக்கும் பிரயாணிகளுக்கும் இடையூறான காரியம் அல்லவா?"

"அப்படி நீங்கள் கருதினால் வருந்துகிறோம்; ஆனால் இந்தப் பொதுஜனங்களைக் கேளுங்கள் - அல்லது வண்டியிலுள்ள பிராயணிகளைக் கேளுங்கள் - அவர்கள் சொல்லட்டும் - "டால்மியாபுரமே இருக்கவேண்டும் இந்தப் போராட்டம் கூடாது' என்று ! நாங்கள் உடனே எழுந்துவிடுகிறோம்." படுத்துக்கொண்டே பதில் சொன்னோம். பக்கத்திலே ரயில் என்ஜின் கொதித்துக்கொண்டிருந்தது. நாங்களுந்தான்! எங்களைச் சுற்றி நின்ற மக்களுந்தான்!

"டால்மியாபுரம் வேண்டாமென்றால் அதற்கு, மேலிடத்துக்கு எழுதுங்களேன்"

"எல்லா முயற்சிகளும் முடிந்துவிட்டன. தீட்டிய கடிதங்கள் எவ்வளவு தீர்மானங்கள் எத்தனை - தில்லியின் திருநோக்கு படவில்லை எம்மீது! ஆகவே அவர்கள் கவனத்தை இழுக்க இம்முறையைக் கையாள்கிறோம்"

"இப்படிச் செய்வதால் வெற்றி கிடைத்துவிடுமா?"

"எங்களுக்கு முன்னே நிற்க வைக்கப்படும் இந்த ரயிலின் 'கிரீச்' என்ற சப்தமோ - அல்லது ரயில் எம் மீது ஏறி எமது எலும்புகள் 'மறாக் மறாக்' என்று முறியும் சப்தமோ - ஆட்சி பீடத்தின் காதில் எட்டுமோ எட்டாதோ - மக்கள் மன்றத்துக்கு

எட்டும், நிச்சயமாக எட்டும். அது இந்த ஆதிபத்தியக்காரரை ஆயிரம் தேள் போலக் கொட்டும். அது போதும் எங்களுக்கு"

"சொல்கிறோம் - கேளுங்கள் உடனே எழுந்து விடுங்கள்"

"நிபந்தனை வேண்டும் - டால்மியாபுரத்தை மாற்றி விடுகிறோமென்று!"

"அதுதான் 'கல்லக்குடி' என்று ஒட்டிவிட்டீர்களே!"

"ஒட்டுவதென்ன - எங்கள் ஓவியர்களை விட்டு எழுதியே தருகிறோம் கல்லக்குடி என்ற பலகையை! ஆனால் ஆட்சி - அதிகாரபூர்வமாகச் சொல்ல வேண்டும்"

அதிகாரிகளின் கேள்விகளும் என் பதில்களும் அதோடு முடிந்தன. 'All Right' என்று கூறிவிட்டு அதிகாரிகள் அப்பால் நகர்ந்தார்கள்.

புகைவண்டி 'கூ' என்று ஊளையிட்டது. என்ஜினில் ஒலி கிளம்பியது. சக்கரங்கள் சுழன்றன. ஓரத்திலே நின்றிருந்த மக்கள் கண்ணை மூடிக்கொண்டனர். படுத்திருந்த நாங்கள் எங்களைத் தயார் படுத்திக்கொண்டோம். தேசத்தொண்டர்கள் நடத்தும் தியாக யாத்திரைக்கு தயாராகி விட்டோம்.

கடைசியாக ஒரு முறை கதிரவனைப்பார்த்தேன் - கல்லக்குடியைப் பார்த்துக்கொண்டேன் - என்னை சீராட்டிய

திராவிட மாதாவை ஆசை தீரப் பார்த்துக்கொண்டேன். எதிரே நின்ற திராவிடர்களையும் பார்த்துக்கொண்டேன் - எல்லாம் நொடியில் முடிந்தது கண்ணை மூடிக்கொண்டேன். சாவின் இன்ப முத்தத்திற்கு கன்னத்தை தயார் படுத்திக்கொண்டோம் எல்லோரும்! ஆம் - ஐவரும்! கட கட வெனக் கிளம்பிய புகைவண்டி நகர்ந்ததை உணர்ந்தேன்! - 'திராவிடம் வாழ்க' என இருதயம் உச்சரித்தது ! ஒரு சப்தம் மீண்டும்! கண்ணைத் திறந்தேன் - உயிரோடிருந்தேன் ! அதை உணர்ந்தேன். சிறிது துரத்திலிருந்த புகைவண்டி என் உடலை ஒட்டினாற்போல் நின்று கொண்டிருந்தது.

மீண்டும் அதிகாரிகள் வந்தனர்.

"முடிவு என்ன" வென்றனர். "முடிவைத்தான் எதிர் பார்க்கிறோம்" என்றேன்.

"சரி எல்லோரும் கைது செய்யப்படுகிறீர்கள்" என்றார்கள். எழுந்தோம். உடனே மிச்சமுள்ள நண்பர்கள் - என் படைவரிசையினர் படுத்தனர். அவர்களும் கைது செய்யப்பட்டனர். இருபத்தைந்து பேரும் போலீஸ் வண்டியில் ஏற்றப்பட்டோம். பொதுமக்கள் பொங்கும் எரிமலைபோல ஆயினர். அணையுடைத் தெழும் நித்தம் போலக் காட்சி தந்தனர் மாணவர் - தொழிலாளர் - இளைஞர் - பெரியோர் - மங்கை நல்லார் அனைவருமே கனலும் கண்ணீரும் சிந்தினர். 'கண்ணியம் - கடமை கட்டுப்பாடு'

என்று உரக்கக் கூவினேன். - "காப்போம் அதை!" என்று மக்கள் சமுத்திரம் எதிரொலித்தது.

நகரும் கிளிக்கூண்டு நகர்ந்தது பொதுமக்களிடமிருந்து - அழகு நல் திராவிடத்து வீதிகளிலிருந்து - பிரிக்கப்பட்டோம் - பின்னர் கல்லக்குடி பாதுகாப்பு நிலையத்தில் அடைக்கப்பட்டோம்.

மணி பத்து அடித்தது! சர்க்கிள் இன்ஸ்பெக்டர் அவசரமாக போலிஸ் ஸ்டேஷனுக்குள் வந்தார். எங்களில் பதினாலு பேரை எழுந்து நிற்கச் சொன்னார். எழுந்தனர். " நீங்கள் கைது செய்யப்படவில்லை வெளியே போங்கள்" என்றார். போய்விட்டனர். என்ன சட்டமோ - என்ன திட்டமே - யார் கண்டது!

அடுத்த வண்டி வரும் நேரமாகிவிட்டது. இந்த முறை என்ன நடைபெறுமோ என்று ஆவலுடன் எதிர்பார்த்துக் கொண்டிருந்தோம். இரண்டாவது படை புறப்பட்டு களத்தை நோக்கித் தெருவிலே செல்லும் பேரொலி எங்களுக்குக் கேட்டது. இனி வெளியுலகச் செய்திகளை எப்போதாவது கேட்கத்தானே முடியும் பார்க்கத்தான் முடியாதே!

இரண்டாம் படையின் தலைவர் இராமசுப்பையா - அவர் தலைமையிலே படை போகிறது!

உழைப்பு - ஒரு உருவம் பெற்று அது ஓடி ஆடி, வேலை செய்துகொண்டிருக்கும், அதிசயத்தை நீங்கள் பார்த்திருக்கிறீர்களா ! - பார்க்கவில்லையானால் ராமசுப்பையாவைப் பாருங்கள் அந்த உழைப்பு பெற்ற உருவந்தான் அவர். தொண்டருக்குத் தொண்டர் என்று யார் யாரோ எவ்வப்போதோ வர்ணிக்கக் கேட்டிருக்கிறோம். யார் யாரையோ பற்றி! அது உண்மையோ பொய்யோ தெரியாது - இதோ உண்மையின் ஒளி காரைக்குடி ராமசுப்பையாவை நம்முன் காட்டுகிறது. அவர் கோடையிலே இளைப்பாற்றிக் கொள்ளும் குளிர் தரு - தருநிழல் - நிழல் தந்த சுகம்.

திருச்சி சிறைச்சாலையிலே நாங்கள் நானூறுக்கு மேற்பட்டோர் அமைத்த ராஜ்ஜியத்திற்கு அவர் தான் உணவு மந்திரி.

தாயுள்ளம் படைத்தவர் - பேயுள்ளமும் இரங்கும்படி பேசுபவர் இன்று நேற்றல்ல என்றைக்கோ - என்னை மட்டுமல்ல; இயக்கத்தின் முன்னனி வீரர்கள் அனைவரையும் கவர்ந்தவர். அவருடைய தலைமையிலே சென்ற படை - களத்திலே எங்களைப் போலவே அறப்போர் புரிந்து அதிகார வர்க்கத்தினரால் பிடிக்கப்பட்டது.

அவர்கள் எங்களுடன் வந்து கலந்தனர். அந்த இருபத்தைந்து பேரிலே முதலில் எங்களிடமிருந்து சர்க்கிள் இன்ஸ்பெக்டரால் பிரிக்கப்பட்ட பதினாலு தோழர்களும் இருந்தனர். போலீஸ் ஸ்டேஷனில் எங்கள் ஐவரை

(கருணாநிதி - சத்தி – கஸ்தூரி – குமாரவேல் - குழந்தைவேல்) தனியாகப் பிரிக்கப்பட்டு, உட்கார வைக்கப்பட்டோம். மற்ற *31* பேர்களும் ராமசுப்பையா உட்பட தனியாகப் பிரிக்கப்பட்டனர்.

அவர்கள் வருமாறு; ராமசுப்பையா, ஜெயங்கொண்டம் வேணுகோபால், மலைக்கோட்டை செயல்வீரர் ரத்னம், அரியலூர் செயலாளர் எத்திராஜ், தமிழ் முத்து, முனுசாமி, மருதமுத்து, பாண்டியன், கலைமணி, முருகேசன், டி. ஏ. கமலன், பரமானந்தம், முருகேசன், ராமு, தங்கவேல், சின்னையா, சத்தி, அனீப், இராவணன், நல்லமணியன், காளிதாஸ், சக்கரபாணி, சோமசுந்தரம், மருதநாயகம், வளர்மதி, முகமதலி, கிருஷ்ணமூர்த்தி, பாண்டு, ராமன், சின்ன துரை, நடராசன் ஆகியோர்.

போலீஸ் கூடத்திலே அனைவரும் அமர்ந்திருந்தோம். அந்த ஸ்டேஷன் சப் - இன்ஸ்பெக்டர் எங்களைப் பாதுகாத்தபடி எங்கும் போகாமல் அங்கேயே அமர்ந்துவிட்டார்.

முப்பத்தி ஒன்று என அவர்களை எண்ணி முடிப்பார் - பிறகு எங்களை எண்ணுவார்! - மீண்டும் சந்தேகம் வரும் - மீண்டும் எண்ணுவார் ஒன்-டூ-த்ரீ - சொல்லுங்கள் என்பார் - சொல்லுவோம் முப்பத்திஆறு முடியும் "யாராவது இரண்டு முறை சொல்லியிருந்தால் என்ன செய்வது!" என்பார்!- "சரி எல்லோரும் கைதூக்குங்கள்" என்று கூறி கைகளை எண்ணுவாரர்.

"யாராவது இரண்டுகையும் தூக்கியிருந்தால் என்ன ஆவது?" என்பார் - மீண்டும் எண்ண ஆரம்பிப்பார் அவரும் இப்படி எண்ணிக்கொண்டேயிருந்தார் - நாங்களும் எண்ணிக்கொண்டேயிருந்தோம்; ஆட்களை அல்ல! ஆதிக்கக்காரர் அரசோச்சும் நாட்களை !

மூன்றாவது படை, நடுப்பகலில் - தோழர் கண்ணதாசன் தலைமையில் புறப்பட்டுச் செல்லும் ஒலி கேட்டது.

1949ம் ஆண்டு என்று நினைக்கிறேன்; சேலம் மாடர்ன் தியேட்டர்சுக்கு முதன் முதலாக சென்றிருக்கிறேன். இப்போது தமிழரசுக் கழகவாதியாக இருக்கிற தோழர் கா.மு.ஷெரீப் ஒரு நண்பரை எனக்கு அறிமுகப் படுத்திவைத்தார்.

அந்த நண்பர் நெற்றியிலே பட்டையாக திருநீறு பூசிக்கொண்டு என்னை அறிமுகப்படுத்தியதும் 'நமஸ்காரம்' என்று கைகூப்பினார். நான் கொஞ்சம் அழுத்தமாக 'வணக்கம்' என்று சொன்னேன். அந்த நண்பர் செட்டிநாட்டைச் சேர்ந்தவரென்றும் கவித்துவமும், சமய உணர்ச்சியிலே துடி துடிப்பும் வாய்ந்தவரென்று ஷெரீப் கூறினார். சேலத்தில் சில நாட்கள் நான் தங்கவேண்டியிருந்தமையால் அவரோடு பழக வேண்டிய சந்தர்ப்பம் ஏற்பட்டது. நல்ல இளமையும், தமிழறிவும் சமயமெனும் சூளையிலே நடப்படுகிறதே என எண்ணினேன். அவரோடு அதிகமாகப் பழகிய பிறகு என்னைப் பார்க்காமலே அவர் என்னிடத்திலே கொண்டிருந்த

அன்பும், அவரைப் பார்த்த பிறகு அவரிடத்திலே எனக்கு ஏற்பட்ட அன்பும் பாச உணர்ச்சியுள்ள நட்புப் பயிருக்கு விதையாகிவிட்டன. பிரிந்தோம் பிறகு கூடினோம் - மீண்டும் பிரிந்தோம் கூடினோம் தகராறுகள் ஏற்பட்டு அல்ல! அவரவர்கட்கு இருந்த அலுவல்களால்!

பொள்ளாச்சியிலே பொதுக்கூட்டம் ஒன்றுக்காக போய்க் கொண்டிருக்கிறேன். வழியிலே கோவையிலே அந்த நண்பரைச் சந்தித்தேன். எப்போது சந்தித்தாலும் அவருக்கும் எனக்கும் திராவிடர் இயக்கத்தைப் பற்றிய வாதப் பிரதிவாதங்கள் நடைபெறும். அறிஞர் அண்ணாவின் ஆற்றலைப் பாராட்டுவார். அவர் போல் ஒரு அறிஞரைக் காண முடியாதென புகழுவார். ஆனால் கழகத்தின் கொள்கைகள் தான் கசக்கின்றன என்பார். கோவை சந்திப்பில் எங்கள் வாதம் ஒருவாறு முடிவுற்று - அவரும் என்னுடன் பொள்ளாச்சிக்கு வருவதாக ஒத்துக் கொண்டார். வழிநெடுக பஸ்ஸில் வாதம் நடத்தியபடி சென்றோம். கோவையிலே ஆரம்பகாலம் முதல் கட்சியை வளர்க்க அரும்பாடுபட்டவர்களில் மிக முக்கியமானவர்களில் ஒருவரான தோழர் ராசமாணிக்கமும் வாதங்களில் கலந்துகொண்டார்.

பொள்ளாச்சி சென்றோம். பொதுக்கூட்டம் ஆரம்பமானது. பொள்ளாச்சி வாசியும் - கஷ்ட நஷ்டங்களுக் கிடையே கட்சிப் பணியாற்றுபவருமான கழகக் காளை ராமானுசம், கடமையுணர்ச்சிமிக்க நண்பர் ஆனைமலை மயில்சாமி,

இருவரும் பேசினார்கள். நான் பேசுவதற்கு முன்பாக செட்டிநாட்டு நண்பர், தானும் பேசுகிறேன் என்றார். நான் சரியென்றேன். ஆனால் எனக்குப் பயம் தான். என்ன பேசிவிடுவாரோ; அதற்கு வேறு பதில் சொல்ல வேண்டிய நிலைமை ஏற்பட்டுவிடுகிறதோ என்னமோ; அப்படிப் பதில் சொல்லி - வீணான குழப்பம் ஏற்பட்டுவிட்டால் என்ன செய்வது; ஏன் கோயமுத்தூரில் இருந்தவரை இங்கு அழைத்து வந்தோம் - என்றெல்லாம் எனக்குள்ளாகவே பேசிக்கொண்டேன். அவர் பேச எழுந்தார். உடனே அவர் நெற்றியை கவனித்தேன்! "அட பரமசிவம் " அவர் நெற்றியிலே திடீரெனத் திருநீறைக் காணோம் ! பேசத்துவங்கினார்.

"தலைவர் அவர்களே! முட்டாள் தனத்துக்கு முதலிடம் கொடுத்து - மடிந்துபோகும் ஏழைகளைப் பற்றிக் கவலைப் படாமல் இடிந்துபோன கோயில்களுக்கு கும்பாபிஷேகம் செய்யும் செட்டிமார் நாட்டிலே பிறந்தவன் நான்." என்று பேச்சை ஆரம்பித்தார். குறைந்த நேரம் பேசினார். நமது கொள்கைகளையே பேசினார். அனைவரும் பூரித்தோம். அவர் நமது இயக்கத்துக்குவர பொள்ளாச்சி தான் நுழைவு வாயிலாக இருந்தது. பிறகு அவருக்கு காரைக் குடியிலே திருமணம், நானும் அன்புச் சகோதரர் அரங்கண்ணலும் அங்கு சென்றிருந்தோம். திருமண வீட்டுக்குச் செல்லும் வழியில் ராமசுப்பையாவைக் கண்டோம். தனக்கும் தெரியாமல் ஒரு தோழர் இயக்கத்துக்கு வந்திருப்பதும் - அவர் மணத்திற்கு

நாங்கள் செல்வதும் - அவருக்கு மிக வியப்பாகவேயிருந்தது. எல்லோரும் சென்றோம்.

குதிரையென்று சொல்லப்படும் ஒரு பிராணியில் மணமகன் அமர்த்தப்பட்டு - கால்கள் தரையைத் தொடும்படியான நிலைமையில் பொய்க்கால் குதிரை மகா - ராஜாபோல வேஷம் போடப்பட்டு - எங்கள் நண்பர் ஊர் வலமாக வந்துகொண்டிருந்த அதியற்புதமான செட்டி நாட்டு திருமணங்களில் சிறப்புமிக்க வழக்கமான காட்சியைக் கண்டோம்.

சில இடங்களில் மாப்பிள்ளைக்கு சாமியார் வேஷம் போட்டு வாழ்வு நிலையாமையையும் 'கூசாமல் சந்யாசங் கொள்' என்ற உபதேசத்தையும் நிகழ்ச்சியாக்குவார்கள்.

செட்டிநாட்டிலோ; வாழ்வு ராஜபோகமானது என்பதை வலியுறுத்துகிறார்கள் மாப்பிள்ளைமார்களுக்கு வேஷம் போட்டு!

மாலையில் திருமணப் பாராட்டுக் கூட்டம் - நாரண துரைக்கண்ணன் தலைமையில் நாங்கள் பேசினோம்.

செட்டிநாட்டு நண்பரும் நாங்களும் - பிறகு - மிகவும் நெருங்கிவிட்டோம். கழகக் காரியங்கள் - சொந்த அலுவல்கள் - எல்லாவற்றிலும் அவரும் துணைபுரிபவரானார்.

அவர் மிகவும் நல்லவர். திருநீறு பூசியிருந்தாரே - அப்போதுங்கூட! அதனால் தான் அவர் அவ்வளவு சீக்கிரம் நம் பாசறையை உணர முடிந்தது உழைப்பார் - உணர்ச்சியோடு செயலாற்றுவார் - ஒரே குறை - எனக்கும் அவருக்கும் அடிக்கடி தகராறு உண்டாக்கும் குறை - உணவு விஷயத்தில் அவருக்கு அவரே நிகர்! சிறைச் சாலைக்குப் போனால் என்னய்யா செய்வீர்; என்று கோபமாகக் கேட்பேன். அதற்குத்தான் தயார் படுத்துகிறேன்" என்பார்! "

"ஒட்டகம்போல தயார்படுத்த முடியாது தோழரே! ஒத்திகை பார்த்துக்கொள்ள வேண்டும் பட்டினி கிடந்து!? என்பேன்! ஆத்திரம் தாங்கமுடியாமல் இலையைத் தூக்கி விட்டெறிவார் எச்சில் தொட்டியில் - எல்லாம் சுத்தமாக சாப்பிட்டான பிறகு!

உணவு விஷயத்தில் நல்ல பாடங்கற்பிக்க சமயம் பார்த்திருந்தேன். கிடைத்துவிட்டது சந்தர்ப்பம். ஆனால் அது நழுவிவிட்டது. (இருந்தாலும் மீண்டும் கிடைக்கும்)

கல்லக்குடி போராடத்தில் மூன்றாம் படை வரிசைக்கு தளபதியாகச் சென்று - போலீசாரின் முரட்டுத்தனமான தாக்குதலுக்கு ஆளான கண்ணதாசனைப் பற்றித்தான் இவ்வளவு தூரம் கூறுகிறேன் என்பது உங்களுக்குத் தெரியாமலா இருக்கும். ஜூலை 14ல் லால்குடி வந்தார்! மேடையில் பேசினார். 'குருவுக்கு வரும் துன்பம் சிஷ்யனையும் தாக்கட்டும்' என்று உரத்த குரலில் மொழிந்தார்

பாசமிக்க அந்த நண்பனை படைவரிசைக்கு தளபதியாக்கினேன்!

திருநீறு நெற்றியிலே ஒரு காலம்! செந்நீரைக் கொட்டவும் தயாரென செருமுனைக்குக் கிளம்பியது ஒரு காலம்! பின்னது பகுத்தறிவுக்காலம்.

கவிஞர் கண்ணதாசன் தலைமையிலே படை போகிற ஒலி காதிலே விழுந்தது. போலீசாரின் பாதுகாப்பில் (காவலில்) தான் இருந்தோமென்றாலுங்கூட பிற்பகல் உணவை தோழர் தருமுவும் மற்ற தோழர்களும் கொண்டு வந்துதான் எங்களுக்கு அளித்தார்கள். உணவருந்திக் கொண்டிருந்தோம். சப் இன்ஸ்பெக்டர் நின்றுகொண்டு எங்களை சரிபார்த்தபடி இருந்தார். பக்தியில் உட்கார்ந்திருந்தபோதும் எங்களை ஒருமுறை எண்ணிட அவர் தவறவில்லை. அரசாங்கக் கடமையை அவர் அவ்வளவு ஒழுங்காகவும் ஜாக்ரதையாகவும் செய்தார். சாப்பிட்டுக் கொண்டிருக்கும் போதே யாரோ ஒருவர் ஓடிவந்து சப் இன்ஸ்பெக்டரிடம் ஏதோ மெலிந்த குரலில் சொன்னார்.

எங்களுக்குப் புரிந்துவிட்டது அடுத்த விநாடியே! களத்திலே துப்பாக்கிப் பிரயோகம் நடைபெறுகிறது என்று! உணவு பரிமாறிக்கொண்டிருந்த தருமு முதலியோரை உடனே போகும்படி அனுப்பினேன். பிறகு சாப்பிட முடியுமா எங்களால்! ஆச்சாரியார் சர்க்காரின் துப்பாக்கி ரவைகளுக்கு திராவிடத் தோழர்களின் சதைகளை ரத்தத்தை எலும்பை

இருதயத்தை - மண்டையோடுகளை தீனியாகத் தருகிறது "டால்மியாபுரம் " என்று கேள்விப்பட்ட பிறகு சாப்பாடென்ன - சாப்பாடு!

கேசவன்

அடுத்த மாதம் திருமணம். பெண்ணெல்லாம் பார்த்து வைத்துவிட்டாள் பெற்றவள். வருங்காலத்தை - எண்ணியபடி வாலிபன். பிரயாணம் செய்துகொண்டிருக்கிறான்.

"வாழ்க்கைக்குத் துணையாகப் போகும் வனிதாமணி எப்படிப்பட்டவளோ நான் கனவு காணும் கட்டழகி - யாகவே வாய்த்து விடுவாளா? - அம்மா போய் பெண் பார்த்தால் மகனுக்குப் பிடிக்காத பெண்ணாகவா பார்ப்பார்கள்.

திருமணம் ஆகா, எவ்வளவு இன்பமான சொல்! எத்துணை தித்திப்பு அந்த வார்த்தையிலே ! வாழ்விலோர் திருநாள் வாழ்வுக்குத் துணை அமையும் நாள் தான்! திரு மணத்தன்று என் சுந்தராங்கியின் சுண்டுவிரலைத்தான் தொடமுடியும் பிறகு.... - நினைக்கவே இனிக்கிறதே!

முதல் இரவு வரும் - வாழ்வில் என்றைக்கும் திரும்பப் பெறமுடியாத இரவு காராக்கிரகத்துக் கைதிக்கு கடைசி இரவும் - கல்யாணமான ஜோடிக்கு முதல் இரவும் ஆகா- அனுபவிக்காமலே அதைப்பற்றி எவ்வளவு கற்பனையூறுகிறது எனக்கு! "வருவார் வருவார் என்று

பஞ்சணை தேடும்! வந்து வரைவார் - இன்ப இலக்கிய ஏடும்!"
என்ற புரட்சிக் கவிஞரின் பொன்னெழுத்துக்களை
நினைப்பேனோ- "கலவி நடுப்பாதையிலே காதல் பேசி "
என்று வர்ணித்த பாரதியைப் பாராட்டுவேனோ"

அடுத்த மாதம் நடக்கப்போகும் திருமணத்தைப் பற்றி இப்படியெல்லாம் எண்ணிக்கொண்டு ரயில் வண்டியினுள் மேல் பலகையில் படுத்திருக்கிறான் கேசவன்.

அடுத்த நாள் திரும்பி வந்துவிடுகிறேன் என்று அம்மாவிடம் சொல்லிவிட்டுப் போனவன். அம்மா விட்டிலே காத்திருக்கிறார்கள்; வியாபாரத்துக்குப் போன மகனை இன்னும் காணோமே என்று!

ஆளொருவன் ஓடிவருகிறான் தாயிடம்! கேசவன் இறந்துவிட்டான் என்று சொல்லுகிறான். எந்தக் கேசவன்? அடுத்த மாதம் திருமணம் என்பதைப்பற்றி எண்ணியெண்ணி கோட்டைகள் பல கட்டிக்கொண்டு போனானே ; அந்தக் கேசவன்.

தாய் அழுதாள் துடித்தாள் - அய்யோ மகனே என அலறி விழுந்தாள். இதையெல்லாம் சொல்லவும் வேண்டுமா?

"என் மகனுக்கு கல்யாணம் பண்ண பெண்ணெல்லாம் பார்த்தேனய்யா - அதற்குள் இப்படி 'போக்காளி' போய்விட்டானய்யா!" என்று ஒரு தாய் பெற்ற தாய் -

அடிவயிறு எரிய எரிய இருதயம் குமுறக் குமுற - தலை சுழல சுழல - கண்ணீர் வழிய வழிய வயிற்றிலும் வாயிலும் அடித்துக்கொண்டு ஒப்பாரி வைத்தாளென்றால் யாரால்தான் அதை சகிக்கமுடியும் இருதயத்தை எடுத்து வைத்துவிட்டு ஆட்சி நடத்துகிற அக்கிரமக்காரர்களைத் தவிர!

எதிர்காலத்தை எண்ணியபடி படுத்திருந்தான். அவன் மண்டையிலே ஒரு துப்பாக்கிக் குண்டு பாய்ந்தது; புகைவண்டியைப் பொத்துக்கொண்டு!

பஞ்சணையிலே வாலிபன் படுத்திருப்பான். தலையிலே விரலால் ஒரு 'தட்டு' விழும். திரும்பினால் காதலி நிற்பாள். இப்படி வாழ்வின் ருசியைப் பற்றி எண்ணிக் கொண்டு படுத்திருந்த இளைஞன் தலையிலே மென்மையான ஒரு 'தட்டு' விழவில்லை. துப்பாக்கிக் குண்டு விழுந்தது! மண்டையைப் பிளந்து தலை சிதறிப்போய்விட்டது. "வரப்போகும் இல்லாள் மெல்லிய விரல்களால் வருடுவாள் இந்தத் தலையை " என்று நினைத்துக்கிடந்தானே; அந்தத் தலையை துப்பாக்கிக் குண்டு சுக்கு சுக்காக்கிவிட்டது. அவனால் இனி நினைக்கமுடியாது! மூளை சக்கை சக்கையாகிவிட்டது! வாயை மாத்திரம் " ஆவ் ஆவ்" என்று பிளந்தானாம் - ஆயிரம் முறை! என்ன சொல்வதற்காகப் பிளந்தானோ?

எப்படி வேதனையிருந்ததோ! அம்மாவுக்குக் கடைசிச் சேதி சொன்னானோ - அல்லது - அட பாவிகளே! என்னையேன் என்

தாயிடமிருந்து பிரித்தீர்கள் என்று கதறுவதற்காக வாயைப் பிளந்தானோ தெரியவில்லை. சாவைத் தழுவிவிட்டான்; கோமளவல்லியைத் தழுவப் போவதை நினைத்து மகிழ்ந்தவன் - கொடியோர் வீசியெறிந்த சாவைத் தழுவிவிட்டான். கல்லக்குடி கனத்திலே - பிணக்கோலம் பூண்டான், மணக்கோலம் பூண வேண்டியவன்!

ஒரு பிணம் விழுந்தது! - ஆனால் பிணவரிசை முடியவில்லை ! யானைத்தீப் பசி கொண்ட ஆட்சிக்கு ஒரு பிணம் போதுமா? போதாது!

நடராசன்

இந்தி எதிர்ப்புப் போராடத்திலே இதே ஆச்சாரியார் ஆட்சியிலே தாளமுத்துவுடன் நடராசன் என்ற ஒரு தோழனை பலி கொடுத்தோம் சிறைச்சாலையிலே ! இதோ இன்னொரு நடராசன் - லால்குடி வீரன் - கழகத்து தீரன் - களப்பலியானான் கல்லக்குடி அறப்போர் முனையிலே! போராட்டத்திலே படை வரிசையிலே கலந்துகொள்ள ஓடோடி வந்தானாம். ஐநூறுக்கு மேற்பட்ட தொண்டர்கள் பதிவு செய்யப்பட்டு களத்திற்கு வரவேண்டிய நாளும் குறிக்கப்பட்டுவிட்டதால் - அந்தப் பட்டியல் முடிந்த பிறகே நடராசனுக்கு இடம் கிடைக்கும் என்று சொல்லப்பட்டதாம். மனம் நொந்து திரும்பியிருக்கிறான் ஊருக்கு! போகும் வழியிலே புகைவண்டியிலே பிணமானான். கையிலே 'நம் நாடு' இதழ்! படித்தானோ படிக்க வில்லையோ - இதழிலே நம் நாடு என

உச்சரித்தபடியே இறந்துபட்டான்! அய்யோ - இல்லை இல்லை சாகடிக்கப் பட்டான்!

தையல் தொழிலாளி - தாறுமாறாகக் கிழிக்கப்பட்டு விட்டது அவன் கழுத்து ! பாய்ந்துவந்த குண்டு அந்தப் பருவ இளைஞனின் கழுத்துச் சதையை கொத்திக் கொண்டே போய்விட்டதாம்.

"யார் பெற்ற பிள்ளையோ'' என்று ரயிலில் இருந்தவர்கள் கதறியிருப்பார்கள். அந்தப் பிள்ளையைப் பெற்றவர்கள் என்ன பாடுபட்டிருப்பார்கள் - துப்பாக்கிக் குண்டுக்குத் தெரியாது! துரைத்தனம் புரிவோருக்குத் தெரியும். ஆனால் அவர்களுக்கு இது பொழுதுபோக்கு!''

அம்மா! திராவிடத் தாயே! இதோ நீ பெற்றெடுத்த நடராசன்! பொன்னையும் - மணியையும் - வாரி வழங்கும் அன்னை திராவிடமே ! நீ- சாவின் கோரக் கரங்களிலே நடராசன் போன்ற தியாகச் செல்வர்களையும் வாரி வழங்குகிறாயே; நியாயந்தானா? உன் மடியை ரத்தத்தால் நனைத்திருக்கும் இந்தப் பிணத்தைப் பாரம்மா! தொண்டன் நடராசனைப் பாரம்மா - குண்டர் ஆட்சியின் கோர விளையாட்டைப் பாரம்மா - கோடிக் கணக்கிலே பிள்ளைகளைப் பெற்றாய் - அவர்களுக்கு அரைகுறை வயதிலே கொள்ளிவைக்க - ஏனம்மா விட்டாய்! ஓடியாடி உழைத்த உத்தமன் - திராவிடத்தரணி செழிக்கப் பரணி பாடிய வாலிபன் - சாய்ந்து கிடக்கிறான் பார், தாயே ! அழு! அழு! நன்றாக அழு! நீ

அழுதால்தான் - கண்ணீர் விட்டால்தான் - கயவர் ஆட்சியை ஒழித்துக்கட்ட படை தயாராகும் - அம்மா - உன் மடியிலே கிடக்கும் நடராசனைப் பார்! அவன் ஒளி தங்கிய விழி எங்கே? உணர்ச்சி தங்கிய மொழி எங்கே? அசையாதம்மா உன் மைந்தனின் கரம் ஆடாதம்மா அவன் ஆணிப் பொன்மேனி - புது மழலை பேசிய உன் புத்திரனுக்குப் புதைகுழி தயாராகிவிட்டது!

யாரால் ? யாரால்? யாரால் தாயே யாரால்?

பிணவரிசை முடியவில்லை கொடும்பசி கொண்ட குண்டோதர ஆட்சிக்கு இரண்டு பிணம் போதுமா? போதாது! போதாது!

கோரத் தாண்டவம்!

குடி! குடி! ரத்தம் குடி! வயிறு நிரம்பி வழிகிற வரையில் குடி! இரைப்பை புடைக்க எலும்புகளை மென்று தின்னு! விழுங்கு நரம்புகளை! வயதானால் என்ன - வாலிப மென்றால் என்ன சரியான மாமிசத் தீனி - மனித மாமிசம் சாதாரணமானதா - அதுவும் போர்க்களத்திலே திடீரெனச் சாயும் பிணம் ருசி கெடாது ! புசி ! புசி ! அது ஜீரணமாக ரத்தம் குடி! குடி!

இப்படி அடக்குமுறை வேங்கைக் குரலெடுத்து வெறிபிடித்து ஆடி - அகலமான வாயைத் திறந்து - "குடி குடி குருதியைக் குடி!" என்றவண்ணம் கல்லக் குடியிலும், தூத்துக்குடியிலும் குதியாட்டம் போட்டது! இரண்டு குடி! இந்நாட்டுத் திராவிடர் குடி ! இரண்டு குடியிலும் இரும்பு நெஞ்ச அடக்குமுறைக்கு சரியான உதிரக்குடி!

டால்மியாபுரப் போரின் எதிரொலியாக - வடநாட்டு மூலவர் எம்மை இழித்துச் சுடுசொல் வீசியதைக் கண்டிப்பதற்காக - இதோ ரயில் நிறுத்தம் என்றது தமிழகம் ஜூலை 15 ல்!

தூத்துக்குடியிலும் ரயில் நிறுத்தப்பட்டது. வயதேறிய இருவர் வாலிபர் இருவர் - அடக்குமுறை வேங்கையின் சொரசொரப்பான நாக்கிற்கு கோரப் பல்லுக்கு கூர்மையான இரையாக்கப்பட்டார்கள். உச்சிமா காளி என்ற இளைஞனின் உடலைக் கிழித்து குடலை மாலை போட்டுக்கொண்டது

உதிரப் பசியெடுத்த அடக்குமுறை வேங்கை ! கணபதி என்ற இளைஞன் - அவனை நர நர வென்று மென்று தின்று நாக்கை சப்புக்கொட்டிக் கொண்டு "நாலு பிணம் போதாது - இன்னும் தேவை" என்று சீரிப் பாய்ந்தது - சீனுவாசம் பிள்ளை யென்ற கிழவர் மீது! அவரை வளைத்து வாயில் போட்டுக்கொண்டு மந்திரம் நாடாரின் உயிரையும் துளைத்தது!

ஆறு பிணம் - ஆறுபிணம் ஆறவில்லை பசி அடக்கு முறைக்கு! திராவிடத் தாயே ! பாடைகள் ஆறு உன் பாலகர்களுக்கு ! ஒன்று, இரண்டு, மூன்று, நான்கு, ஐந்து, ஆறு ! ஒரே நாளில் ! ஆறு பிணம் - ஆறு மக்களை சுடுகாட்டுக்கு அனுப்புகிறாய்.

உத்தமர் காந்தியின் உலைக் களத்திலே - அகிம்சை நெருப்பிலே பழுக்கக் காய்ச்சப்பட்டு சுதந்திரம் என்னும் சம்மட்டியால் உருவாக்கப்பட்ட தூய்மை என்னும் துப்பாக்கி முனைகள் துளைத்துத் தோற்றுவித்த ஆறு பிணங்கள்! அய்யகோ! காந்தியாரின் கல்லறைக்கு முன்னே காவு கொடுக்கப்பட்டு பாரத மாதாவுக்கு படையல் போடுவதற்காக தயாரான ஆறு பிணங்கள்!

காந்தி கண்ணீர் வடிக்கிறார் - பாரத மாதா சிரிக்கிறாள் - அம்மா திராவிடம் - அழு ! அழு! கண் இமைகள் கனத்துப்போகும் வரையில் அழு ! ஒரே நாளில் ஆறு பிணம் - படுகொலை படுகொலை பாரதமாதாவின் பெயரால் - பட்டப்பகலில் பகிரங்கப் படுகொலை.

அழு; தாயே-அழு! ஒரு காலத்தில் சிரித்து செழித்த என் செந்தமிழ்த்தாயே ! அழு! கண்ணீர் சிந்து ! ரத்தக் கண்ணீர் சிந்து! ஆனால் இந்தக் கண்ணீர் வீண் போகாதம்மா !

சார்லஸ் காலத்திலே ஆங்கிலத்து மண் அழுதது வீண் போகவில்லை! லூயிக்கு நேரக பிரெஞ்சு பூமி விட்ட கண்ணீர் பயனற்றுப் போகவில்லை! ஜாருக்கு நேராக ரஷ்யத்தாய் சிந்திய கண்ணீர் ஆறு. நல்லதோர் விளைவைத்தான் தந்தது! இன்று - நீ நேருக்குநேர் விடும் கண்ணீர் இந்தப் பாருக்கு உன் நிலையை உணர்த்தத்தான் போகிறது!

தூக்கிக்கொடு ஆறு மைந்தர்களை - கண்ணீரால் குளிப்பாட்டிக்கொடு உன் கண்மணிகளை ! அவர்களை செந்நீரால் குளிப்பாட்டியவர்கள் செல்லட்டும் சிரிப்போடு!

ஆனால் தாயே! அந்த சிரிப்பு நீடிக்காது!

நீடிக்க விடமாட்டோம் மிஞ்சியுள்ள உன் கொஞ்சு மொழி மைந்தர்.

உயிரோடு ஆறுபேரை விழுங்கிய உதிரவாய்க் 'காளிக்கு' வயிற்றிலே கொஞ்சம் இடம் காலி அதற்காகக் கல்லக்குடியிலே சந்தனம் ஜோசப்பின் இடதுகை முழுவதையும் முறித்துப் போட்டுக் கொண்டது. அப்போதும் கொஞ்ச இடம் காலி - தூத்துக்குடி ஆசிரியர் குருசாமியின்

இடது காலை வாழைப்பழம்போல் எடுத்து வயிற்றுக்குள் போட்டுக்கொண்டது.

ரத்த விருந்து முடியவில்லை – பதினாறு வயது இளைஞன் ராமச்சந்திரனின் பச்சைத் தொடைக்கரி வாலிபன் சண்முகத்தின் கணுக்கால் சதை - ரங்கநாதன் குடல் கரி - கோம்பன், கிருஷ்ணன், செல்லையா, சேர்மன், வேணுலிங்கம், சுடலை, முனுசாமி, ரத்தினம், ஈஸ்வரன், சதாசிவன், அண்ணாமலை, முனுசாமி, நாராயணன், செபாஸ்டின் ஆகியோரிடம் ஆளுக்குக் கொஞ்சம் எலும்பு, ரத்தம், சதை இவ்வளவும் சாப்பிட்டானபிறகுதான் ஆறு பேரை விழுங்கிய அகிம்சாப் ' பிடாரி' ஏப்பம் விட்டாள்.

ஒருநாள் உணவு முடிந்தது என்றாள். "உயர்க அசோகச் சக்கரக்கொடி ! இன்னும் உயர்க! விண்ணில் உயர்க!" மண்ணில் உயர்க!" என்று பாட ஆரம்பித்தாள்!

ரத்த போதையில் குதித்தாள் - குதித்தாள் சித்தம் கலங்கி சிரித்தாள் - சிரித்தாள் - ஆறு உயிரோடு விட்டாளா அநேகர் குருதியோடு நின்றாளா அகப்பட்ட போதே இரையைத் தேடிக்கொள்வோம் என்று ஐயாயிரம் தோழரை அகிம்சா குகைக்குள் அள்ளிப்போட்டாள். ஒரே நாள் - ஜூலை 15! - ஆறு உயிர்! அநேகர் சித்திரவதை! ஐயாயிரம்பேர் சிறைச்சாலைகளில்!

எங்கே வாழ்கிறோம்? - திராவிடத்தில்! ஏதோடு இணைந்து ? - இந்தியாவோடு! யார் காலத்தில் ? - காந்தியாரின் வாரிசு காலத்தில்! என்ன குற்றம் செய்தோம் ? விடுதலை கேட்டோம்! ஆறு பிணம் -ஐயாயிரம் பேர் சிறையில்! மறவாதீர்!- அதை மறவாதீர்! சரித்திர ஆசிரியர்களே ! குறித்துக்கொள்ளுங்கள். காவியம் தீட்டுவோரே ! குறித்துக்கொள்ளுங்கள். பாடல் புனைவோரே! குறித்துக்கொள்ளுங்கள். கி. பி. 1953 சொல்லுகிறது - கி. மு. அல்ல! விடுதலை கேட்பது குற்றமாம்!

அதற்குத் தண்டணை ஆறு பிணம்! ஐயாயிரவர் சிறையில்! குறித்துக்கொள்ளுங்கள்.

தான், படைக்கும் அந்தி வானத்தையும் வெற்றி கொள்ளும் சிவப்பு நிறத்தைப் பூமியிலே கண்ட சூரியன் வெட்கித் தலை குனிந்து மறைந்தான். போலீசாரின் பாதுகாப்பு வளையத்துக்குள்ளே - கல்லக்குடியில் நாங்கள் சுருண்டு கிடந்தோம் இந்த சோகச் செய்திகளை காதில் வாங்கியபடி!

இரவு 12 மணிக்குமேலிருக்கும். அரை மசால்வடைத் துண்டும், கால்கோப்பைத் தேநீரும் கொண்டு வந்து தந்தனர் மணியும் முத்துவும் மற்ற நண்பர்களும்! அதுதான் எங்களுக்கு சரியான காலத்தில் கிடைத்த அருமையான இரவு உணவு. ஒருவர் காலை ஒருவருக்குத் தலையணையாக அமைத்துக்கொண்டு மும்பத்தாறு பேரும் தூங்கினோம். கதவுகள் அடைக்கப்பட்டிருந்தன. துப்பாக்கி சகிதம் ரிசர்வ் போலீஸ் காவல் நின்றுகொண்டிருந்தது. எங்களுடனேயே இருந்த சப்-இன்ஸ்பெக்டர் அந்த நடுநிசியில் திடீரென எங்களை எண்ணிட ஆரம்பித்தார். என்ன ஆச்சரியம்; முப்பத்தாறு பேரும் சரியாக இருந்தோம். வழக்கம் போல் இரண்டு மூன்று முறை எண்ணியபிறகு அவருடைய கணக்கு முடிவு பெற்றது.

புயலுக்குப் பின்னுள்ள அமைதியோடு மறுநாள் பொழுது புலர்ந்தது!

கண்ணதாசன் முதலிய நண்பர்கள் வைத்தியசாலையில் சேர்க்கப்பட்டுள்ளார்கள் என்ற செய்தி கிடைத்தது.

நாட்டுப்பற்றும் - திராவிட இனப்பற்றும் கொண்டவருமான திருச்சி கலைமகள் பிரஸ் தோழர் ராதாகிருஷ்ணன் கைது செய்யப்பட்டார். அவர் என்ன ஆனார் என்று பார்க்கச்சென்ற திருச்சி முஸ்லீம் இளைஞர் முன்னணி தோழர் ஐ.எம்.ஷரீபும் காவலில் வைக்கப்பட்டார்.

தூத்துக்குடி செயல் மணிகளும் - எதையும் தாங்கும் இதயம் போன்ற சிங்க ஏறுகளும் - கண்ணியம் - கட்டுப்பாடு கடமையுணர்ச்சிகளில் கடுகளவும் வழிவாத கழகத்தின் கண்மணிகளுமான தோழர்கள் தங்கப்பழம் - சிவசாமி கே.வி.கே.சாமி நடராசன் - ரத்தினம் முதலிய எண்பதுக்கு மேற்பட்ட தோழர்களும் சதிவழக்கில் சம்மந்தப் படுத்தப்பட வேண்டும் என்ற திட்டத்தோடு கைது செய்யப்பட்டார்கள்.

சென்னையிலே ஆச்சாரியார் வீட்டுக்கு முன்பு மறியல் நடத்துவதற்காகச் சென்ற ஐம்பதுக்கு மேற்பட்ட தோழர்களும் அந்த அணிவகுப்புக்குத் தலைமையேற்று நடத்திய வீராங்கனை தோழியர் சத்தியவாணிமுத்து அம்மையாரும், காஞ்சி ராசகோபாலும் ஜூலை 14ந் தேதியன்று கைது செய்யப்பட்டார்கள்.

15ம் நாள் மறியல் போராட்டத்திற்குத் தலைமை வகித்த தஞ்சை பூமி தந்த அஞ்சாநெஞ்சர் - தர்க்கத்தால் தருக்கரை விரட்டும் தகைமையாளர் - இனப்போர்த் தளபதி N.S. இளங்கோவும், வேதாசலம் முதலிய ஐம்பதுக்கு மேற்பட்ட தோழர்களும் கைது செய்யப்பட்டார்கள் சென்னையிலே!

16ம் நாள் ஆயிரம் இடர் அடுக்கிவரினும் அசையாத மன உறுதி படைத்தவரும் - வடாற்காடு மாவட்டத்தில் கட்சிக்கோர் படை போன்றவருமான போளூர் சுப்பிரமணியம் தலைமையில் ஆச்சாரியார் வீட்டுத் தெருவில் ஐம்பதுக்கு மேற்பட்ட நண்பர்கள் கைது செய்யப்பட்டனர்.

சிறை நிரம்புகிறது நிரம்பி வழிகிறது என்ற செய்திகள் செவி நிரம்ப சிந்தையிலே துடிப்பு நிரம்ப - நாங்கள் காவலுக்கிடையே அமர்ந்திருந்தோம்.

16ந் தேதி காலை 10 மணிக்கு டி. எஸ். பி. வந்தார். எங்களையெல்லாம் உடனே அரியலூருக்கு அனுப்பும்படி சொல்லிவிட்டுப் போனார்.

பிற்பகல் 12 மணிக்கு போலீசார் செலவில் சாப்பாடு போடப்பட்டது. நாங்கள் கடைசியாக இலை போட்டு சாப்பிட்ட சாப்பாடு அதுதான்!

சாப்பாடு முடிந்தது - போலீஸ் வண்டி வந்து நின்றது. எல்லோரும் அதில் ஏறி அமர்ந்தோம். வண்டி அரியலூர் நோக்கிப் புறப்பட்டது.

ஆம் - எங்களுடைய சிறை யாத்திரை துவங்கிவிட்டது.

எங்கள் வண்டிக்குப் பின்னால் ஒரு மோட்டார் கார். அது சிறிது தூரம் எங்களைத் தொடர்ந்து வந்தது. உள்ளிருந்து இரண்டு மூன்று பேர் வணக்கம் தெரிவித்தனர். அந்தக் காரில் என் சகோதரர் அரங்கண்ணலும் இருந்தார். அவர் தன் அன்புக் கரத்தை நீட்டி 'சென்று வருக' என்று அறிவித்தார்.

அவர் பற்றிய நினைவு என்னை எங்கேயோ அழைத்துச் சென்றது - நீண்ட சிந்தனை. போலீஸ்வண்டி புழுதியை இறைத்தபடி போகிறது. பின்னால் வந்த மோட்டார் புழுதியில் மறைந்து வேறு பக்கம் திரும்பிவிட்டது. ஆனால் 'அரங்கு' என் மனதைவிட்டு மறையவில்லை.

1940ம் ஆண்டு - திருவாரூர்ப் பள்ளியிலே படித்துக் கொண்டிருக்கிறேன். அப்போது படிப்பிலே கவனம் சென்றதைவிட அதிகமாக இயக்கத்திலேதான் சென்றது. பள்ளியிலேயே கழகப்பிரச்சாரம் கழக ஏடுகளைப் பரப்புதல் - கையெழுத்துப் பிரதிகள் நடத்துதல் போன்ற செயல்களில் தீவிரமாக ஈடுபட்டேன். அப்போது என்னுடன் துணையாக இருந்தும் இணையாக இருந்தும் இயக்கத் தொண்டு புரிந்தவர் வ.கோ. சண்முகம் என்ற "மாவெண்கோ" இப்போது உடல்

நலமின்றி இருக்கிறார் - பள்ளிப் பருவத்தில் எனக்குப் பரம விரோதியாக இருந்தவர்கள் இருவர். ஒருவர் வெங்கடாசலம் என்ற பச்சைக் கதர்சட்டைக்காரரர். அவர் இப்போது - ஏன் அப்போதே திராவிட இயக்கத்திற்கு வந்துவிட்டார் - இன்னொருவர் ரங்கசாமி. என்னைக் கண்டால் அவருக்கு வேப்பங்காய் போலத்தான்! அழுத்தமான கதர் சட்டையும் - சட்டையிலே காங்கிரஸ் சின்னமும் அணிந்து கொண்டிருந்த அந்த இளம் நண்பர் பள்ளித் தாழ்வாரத்திலே நான் நடந்து செல்வதைப் பார்த்தாலே போதும் - அவரது குழுவினரோடு சேர்ந்து கொண்டு பரிகாச வார்த்தைகளைக் கொட்டிக் கும்மாளம் போடுவார். சில நேரங்களில் சிறு கல்லும் வீசுவார்.

ஏன் தான் இந்த ரங்கசாமிக்கு என்மீது இவ்வளவு காய்ச்சலோ தெரியவில்லை யென்று எனக்கு நானே ஆச்சரியப்படுவேன் - வருத்தப்படுவேன் - ஆனால் ஆத்திரப்படமாட்டேன். அதன் காரணமாகத்தான் ரங்கசாமி, அவ்வளவு விரைவில் அரங்கண்ணலாக மாறிட முடிந்தது. நாங்கள் தமிழ் மாணவர் மன்ற நிதிக்காக முதன் முதல் நடித்த 'பழனியப்பன்' என்ற நாடகத்தில் தோழர் ரங்கசாமி இல்லை சகோதரர் அரங்கண்ணல் டாக்டர் வேடந்தாங்கி நடித்தார். ரங்கசாமி அரங்கண்ணலானார்! அரங்கண்ணல் நாடக டாக்டரானார் இப்போது நாட்டு நலிவு போக்கும் டாக்டர்களில் ஒருவராகி விட்டார் - எழுத்தால் ! பேச்சால் ! இணையற்ற செயல்களால்! அவருக்கு நான் - எனக்கு அவர் - உடன் பிறப்பு.

அரங்குவைப் பற்றிய என் ஆழ்ந்த சிந்தனையோட்டத்தை "அரியலூர் வந்துவிட்டோம்" என்ற குரல் தடுத்து நிறுத்தியது. அரியலூர் சப்ஜெயில் வாசலில் ஒரே கூட்டம். நாங்கள் வரப்போகிறோம் என்பதைத் தெரிந்து மக்கள் திரளாகக் கூடியிருந்தனர். வண்டியிலிருந்து இறங்கினோம். குழுமியிருந்தோரை வணங்கினோம். வாழ்த்தினர். உள்ளே அழைத்துச் செல்லப்பட்டோம்.

அரியலூர் சப்ஜெயிலில் இருபதுக்குட்பட்ட கைதிகளையே வைக்க முடியுமாம். அங்கு எங்களுக்கு முன்பே வேறு வகைக் கைதிகள் பலர் இருந்தனர். நாங்களும் போனபிறகு மொத்தம் அறுபதுக்கு மேற்பட்டவரானோம். எங்கள் முப்பத்தாறு பேருக்கும் நாலைந்து கூண்டுகளை ஒதுக்கிக் கொடுத்தார்கள். ஒரு கூண்டில் இரண்டு பேர்தான் செளகரியமாக இருக்கமுடியும். ஏழுபேர் - எட்டுபேரை - ஒவ்வொரு கூண்டிலும் போட்டு அடைத்தார்கள்.

எங்கள் கூண்டு :

நான் - சத்தி - கஸ்தூரி - ராமசுப்பையா வேணு கோபால்- மலைக்கோட்டை ரத்தினம் - அரியலூர் எத்திராஜ் - மற்றுமொரு நண்பர் ஆகிய எட்டுபேர் அடைக்கப்பட்டோம். காலடியால் சுமார் பத்து அடி நீளமும் எட்டு அடி அகலமும் உள்ள அந்தக் கொட்டடியில் எட்டுபேர்!

அதிலும் பாதிக்குமேல் பயன்படுத்த முடியாத இடம் பெண்கள் அடைபட்டிருந்த கூண்டு. நாங்கள் சென்றதும் அவர்களை வேறு இடத்திற்கு மாற்றிவிட்டு அந்த இடத்தை எங்களுக்கு அளித்தார்கள். சிறுநீர் கழிக்கப் பட்டு -எங்கள் மூக்குகளை யெல்லாம் கம்பிக்கு வெளியே நீட்டித்தான் மூச்சை சுவாசிக்கவேண்டும் என்ற நிலைமையிலே துர்நாற்றம் வீசிக்கொண்டிருந்தது.

மாலை 5 மணிக்கு எங்களைத் திறந்துவிட்டார்கள். மலஜலம் கழிப்பவர்கள் போகலாமென்று 'கக்கூஸ்' என்று சொல்லப்படும் ஒரு இடத்தை காண்பித்தார்கள். "லாங் ஜம்ப் " தெரிந்தவர்கள் தான் உள்ளே சென்று அமர முடியும்.

காரணம் கால், வைப்பதற்காகப் போடப்பட்டிருக்கும் அந்தக் கற்கள் ஒன்றுக்கொன்று இடையே அவ்வளவு தூரத்திலிருந்தன.

பிறகு சாப்பிடுமிடத்திற்குக் கூப்பிட்டார்கள். குப்பையும் கூளமும் சேர்ந்த ஒரு தரையிலே ஆமாம் புழுதி மண்ணிலே - உட்காருங்கள் என்றார்கள். உட்கார்ந்தோம். உணவு வந்தது. இல்லை - இல்லை... ஆளுக்கொரு சட்டி வந்தது - மண் சட்டி ! பிறகுதான் உணவு வந்தது.

அறுசுவை உணவு என்று கேள்விப்பட்டிருப்பீர்கள்- நானும் கேள்விப்பட்டிருக்கிறேன். அறுசுவை உணவு என்றால் ருசி நிறைந்த அருமையான சாப்பாடு என்றும் ஆறுவகை ருசி

நிறைந்த சாப்பாடு என்றுதான் அர்த்தம் சொல்லக் கேட்டுமிருக்கிறோம்.

அரியலூரிலே எங்களுக்குத் தந்த அறுசுவை உணவுக்கு ஒரு புது அர்த்தமுண்டு.

அறுசுவை - சுவை அறுந்த.

உணவு - சாப்பாடு எனப்படும் கொடுமை.

சுவை அறுந்துபோன கொடுமையை மண் சட்டிகளில் கொட்டினார்கள். மஞ்சள் வர்ணச் சோறு! பஞ்ச வர்ணக் குழம்பு! உப்பிலும் - புளியிலும் காரத்திலும் சேராமல் சுயேச்சையாக வந்து விழுந்த பரங்கிக்காய்த் துண்டை எடுத்து வாயிலே வைத்தோம் ! எப்படியோ எதிர் நீச்சல் போட்டு அது வயிற்றுக்குள் போய்விட்டது. எல்லா தோழர்களும் சோற்றைத் தொடாமலே என்னையே பார்த்துக் கொண்டிருந்தார்கள். "உம் சாப்பிடுங்கள்" என்று கூறிவிட்டு நான் சோற்றைக் கிள்ளி வாயில் போட்டுக்கொண்டேன். "அண்ட சராசரங்களும் சுழலு தண்ணே" என்று குடிகாரன் பாடுவான்! "அடிவயிற்றிலே இருந்து குமட்டுதண்ணே ! " என்று நாங்கள் பாடவில்லை. அகத்தின் அழகை முகத்தால் காட்டாமலும் இருக்கமுடியவில்லை.

சோற்று உருண்டைகளைக் கீழே கொட்டிவிட்டு - சட்டிகளைக் கழுவி வைத்துவிட்டு - முப்பத்தாறு பேரும் அணி வகுத்தோம்; நாலு நாலுபேராக!

பிறகு பழையபடி கூண்டுகளில் அடைக்கப்பட்டோம். எங்கள் "கல்கத்தா இருட்டறை" யில் எட்டுபேர்! இரவு வந்தது - இரண்டு நாள் சரியான உணவு இல்லாத எங்களுக்கு தூக்கமாவது வந்ததா - அதுவுமில்லை! வந்தால் தான் படுப்பதற்கு இடமேது ! பூச்சிகள் - வந்தன. கொசுக்கள் வந்தன - வராதவைகளில் முக்கியமான ஒன்று காற்று! எட்டு பேர் - வியர்வையோ கொட்டுகிறது. சட்டையைக் கழற்றினால் கொசுவோ துளைக்கிறது! மூலையில் உட்கார்ந்து தூங்கினர் மூவர் - வேணு ரத்தினம் எத்திராஜ்! ஆபாசமாயிருந்த பகுதியில் காலை மட்டும் நீட்டிக் கொண்டு உடலைப் புழுப்போல சுருட்டிக்கொண்டார் சத்தி - அவர் கால்புறத்திலே தலையை வைத்து வளைந்து கிடந்தார் கஸ்தூரி கலங்கிய கண்களுடனே ராமசுப்பையா என்னைப் பார்த்து தன் மடியில் சாய்ந்து கொள்ளுங்கள் என்றார். முயற்சித்தேன் முடியவில்லை பிறகு ஒரு வழி கண்டுபிடித்தேன். காற்றும் லேசாக வரும்; உடம்பையும் சுருட்டாமல் இருக்கலாம்; என்ற எண்ணமுடன் சிறைக் கம்பிகளைப் பிடித்துக்கொண்டு நின்றுகொண்டே சிறிது நேரம் தூங்கினேன். இரவு 2 மணி இருக்கலாம் - சரியாகத்தான் நேரம் தெரியமுடியாதே - டிப்டி சூப்பரெண்ட் வந்தார். "ஏன் நிற்கிறீர்கள் தூங்க வில்லையா?" என்றார்."பரவாயில்லை" என்றேன். போய்விட்டார்.

எப்படியோ வாழ்க்கையிலே அதுவரையில் தொட்டறியாத கஷ்டத்தை அந்த இரவு வேளையில் அரியலூர் சிறையில் அனுபவித்தோம். படாதபாடுபட்டு இரவை நகர்த்தினோம்.

காலையிலே அரிசிக் கஞ்சி கொடுத்தார்கள். குடலைக் காயவிடாமல் பார்த்துக் கொண்டோம். மறுபடியும் அடைத்துவிட்டார்கள். அன்றைய தினம் ஜூலை 17 தேதி! சென்னையிலே ஆச்சாரியார் வீட்டு மறியலிலே அருப்புக்கோட்டை தந்த வீரர் தோழர் எம். எஸ். ராமசாமி அவர்கள் தலைமையில் முப்பதுக்கு மேற்பட்டோர் கைது செய்யப்பட்டார்கள், கல்லக்குடியிலே தாக்குண்டு வைத்திய சாலையிலிருந்த கண்ணதாசனும் கைது செய்யப்பட்டார்.

வெளியிலே என்ன நடக்கிறதோ; தெரியவில்லையே என்ற ஆவலுடன் அடைந்து கிடந்தோம் கூண்டுக்குள் !

பிற்பகல் உணவுக்காக திறந்துவிட்டார்கள்- எங்களைத் திறப்பதற்காக வார்டர் கொஞ்ச தூரத்தில் வருவது எங்களுக்கு முன்பே தெரிந்துவிடும். அவர் கையிலுள்ள சாவிக் கொத்திலிருந்து எழும்பும் ஒலியைக் கேட்டதும் ராமசுப்பையா சொல்லுவார்; திறக்கப்போகிறார்கள் என்று! - பிற்பகல் அங்குள்ள மற்ற கைதிகளை நாங்கள் சந்திக்க வாய்ப்பு ஏற்பட்டது.

நாலைந்து - வயதான தாய்மார்கள் சிறையிலிருந்தார்கள் சாராய வழக்கிலே கைது செய்யப்பட்டவர்கள். சுமார்

இருபத்தி ஐந்து வயதுள்ள ஒரு வாலிபனைக் கண்டோம். கள்ளக் காதலின் காரணமாக காதலியின் கணவனைக் கொன்றுவிட்டதாக குற்றம் சாட்டப்பட்டவன். கட்டுமஸ்தான தேகம் படைத்த இளைஞன், அவனுடைய காதலியும் அங்கே வேறு கூண்டில் அடைபட்டிருந்தாள். அவள் மீது அவன் கொண்ட பாசமும் - அவன் மீது அவள் கொண்ட நேசமும் - கணவனைக் கொல்வது என்ற மோசத்திலே கொண்டு போய்விட்டதாக வழக்கு!

அந்த இளைஞன் சொன்னான்; தானும் அவளும் ஆசைக் காதலர்கள் என்று! அவனுக்கோ வயது இருபத்தைந்து இருக்கும். அவன் ஆசை ஜோடிக்கோ - அறுபதுக்குள் தான் இருக்கும் ! புனிதமான காதல் ! பொருத்தமான காதல்! "காதலுக்கு கண்ணில்லை என்கிற போது வயது மாத்திரம் எதற்காக? " என்ற கேள்வியின் சரியான பதிலாக நின்றார்கள் அந்த இளங்காதலர்கள் இல்லை கிழக் காதலர்கள் - அதுவுமில்லை - பழுப்புத் தளிர் காதலர்கள்!

சாராயத் தொழிலை குடிசைத் தொழிலாகக் கொண்ட இன்னும் சில ஆண் மக்களும் அங்கே கைதிகளாயிருந்தார்கள். அவர்களுடன் பேசிக்கொண்டிருக்கும்போதே பிற்பகல் உணவு வந்துவிட்டது. அருமையான சோளக்களி. சோளத்தின் மாவிலே செய்யப்பட்ட சுவையான உணவு(?) அதன் தலையிலே கொஞ்சம் குழம்பு என்று சொல்லப்பட்ட ஏற்பாட்டையும் ஊற்றித் தொலைத்தார்கள், எண்ணெய் அபிஷேகம் செய்யப்பட்ட லிங்கப்பெருமாள் போல

சோளக்களி நின்று கொண்டிருந்தது சட்டியிலே! "சோறு எதுவும் கிடையாதோ? " என்றோம். மாலையிலே தான் மஞ்சள் சோறு என்றார்கள். மோர் உண்டு இப்போது என்றார்கள். கொடுங்கள், கொடுங்கள் என்று குவளையை நீட்டினோம். மோர் சாப்பிட்டதோடு பிற்பகல் உணவு முடிந்தது. சோளக்களியை யார் தொடமுடியும். அதுதான் தொட்டாலும் அசையாத நிலைமையில் இருந்ததே!

மீண்டும் பூட்டினார்கள். மாலை 3 மணிக்கு கொஞ்சம் மணிலாக் கொட்டையைக் கொடுத்து எல்லோரும் சாப்பிடுங்கள் என்று அன்பு பொழிந்தார்கள். பிறகு மாஜிஸ்டிரேட் வந்தார். 'இன்றைய தினமே உங்கள் விசாரணை இருக்கிறது' என்று கூறிவிட்டுப் போனார்.

சிறிது நேரத்தில் எங்களை அழைத்தார்கள். சென்றோம்.

நீதி மன்றம்! அங்கே நாங்கள் முதலில் ஐவர் விசாரிக்கப்பட்டோம்.

பின்னர் ராமசுப்பையாவும் முப்பது தோழர்களும் விசாரிக்கப்பட்டனர்.

டால்மியாபுரம் பெயரை மாற்றவேண்டுமென்று வரி கொடுக்கும் பிரஜைகளின் சார்பாகக் கிளர்ச்சி நடத்தியது குற்றமாம்!

கல்லக்குடி எனும் தமிழ்ப் பெயரை விரும்பியது தகாத செயலாம்!

என்ன சட்டமோ எந்த செக்ஷனோ - அப்படிச் சொல்லுகிறதாம்!

அப்பட்டமாக அப்படிச் சொல்லாவிட்டாலும் - உண்மையை மறைத்து - சட்டத்தின் துணையால் வழக்கு நடத்துகிறது ஆட்சி பீடம்! 'நீங்கள் ஏன் மக்கள் கோரிக்கையை நிறைவேற்றக் கூடாது?' என்று கேட்பதற்கு சட்டத்திற்கு நாக்கில்லை. இருந்த நாக்கும் அறுக்கப்பட்டு விட்டது இங்கே!

"நீங்கள் எப்படி கோரிக்கையனுப்பலாம் ? " என்ற பொருள்படும் கேள்வியை ஜாடைக்குறிகளால் - ஊமை பாஷைகளால் - கேட்டிடும் திறமை சட்டத்திற்கு இருக்கிறது!

ஆகவேதான் நாங்கள் ஈடுபட்ட அறப்போருக்கு களங்கம் கற்பித்தது.

"நீங்கள் குற்றம் செய்திருக்கிறீர்கள் அல்லவா?"

"குற்றமல்ல - குறிக்கோளை நிறைவேற்ற கையாண்ட அமைதியான முறைதானிது!"

"உங்கள் செயல் குற்றமாகத்தான் கருதப்படுகிறது."

"சட்டப்படி யிருக்கலாம் - நியாயப்படி அல்ல"

நீதிமன்றம் தீர்ப்பு வழங்கத் தயாராகி விட்டது. வெளியிலே நூற்றுக்கணக்கான மக்கள் தீர்ப்பை எதிர்பார்த்து நின்றனர்; மழைக்கிடையிலேயுங்கூட!

ராமசுப்பையாயும் முப்பது தோழர்களும் இரண்டு மாதம் கடுங்காவல் அனுபவிக்கவேண்டும். முப்பத்தி ஐந்து ரூபாய் அபராதம் - கட்டத் தவறினால் ஒரு மாதம் சிறை ! மொத்தம் மூன்று மாத தண்டனை.

சட்டம் கொட்டிவிட்டது அவர்களை !

எங்கள் பக்கம் திரும்பியது சட்டம் - ஐந்து மாதக் கடுங்காவல் - முப்பத்தி ஐந்து ரூபாய் அபராதம் - கட்டத் தவறினால் ஒரு மாதம் சிறை - ஆக மொத்தம் ஆறு மாதத் தண்டனை.

ஒரே குற்றம் இரண்டுவித தண்டனை!

போராட்டத் தலைவன் என்ற முறையில் எனக்கும் - என்னுடன் சேர்ந்த நால்வருக்கும் ஆறு மாதம்!

அடுத்த படைவரிசை என்ற முறையில் மற்றவர்களுக்கு மூன்று மாதம்!

அதுவும் தவறு - அவர்களிலே ஆறுபேர் முதல் படைவரிசையிலே கைது செய்யப்பட்டவர்கள்.

எப்படியோ; சட்டம் நெளிந்து வளைந்து - ஆறு மாதம் - மூன்று மாதம் என்று பரிசுகளை அளித்து மகிழ்ந்தது!

17ந் தேதி மாலை 6-30 மணி சுமாருக்கு தண்டனை பெற்றோம். தமிழர் மானத்துக்காகப் போராடியதற்கு பரிசு பெற்றோம்!

"என்ன சார்; அவர்களுக்கு மூணுமாதம் நமக்கு ஆறு மாதம்?" என்று சிரித்துக் கொண்டே கேட்டார் சத்தி.

"ஆமாம் நமக்கு ஆறுமாதம் தான்" என்றேன்.

"ஏன் அப்படி? " என்றார் வேணுகோபால்.

"அதற்கு மேல் தண்டனை தர அரியலூர் கோர்ட்டுக்கு அதிகாரமில்லை!" என்றேன்.

தீர்ப்பு கேள்வியுற்ற அரியலூர் மக்கள் மாஜிஸ்டிரேட் கோர்ட்டுக்கு முன்பு திரளாக நின்றிருந்தனர். கூட்டம் கலைந்தபிறகு எங்களை அனுப்பவேண்டும் என்ற திட்டத்துடனோ - என்னவோ - கோர்ட் வாசலிலேயே நல்ல இருட்டில் எங்களை உட்கார வைத்துவிட்டனர்.

ஆகாகா! ஒரு முக்கியமான விஷயத்தை மறந்துவிட்டேனே! - மாலையில் எங்களுக்கு மஞ்சள் சோறு போட்டுத்தான் பிறகு தீர்ப்பு கூறினார்கள்.

ஆறுமாதமென்ன - ஆறுவருடமே போடட்டும்- அரியலூர் நரகத்திலிருந்து - மன்னிக்கவும், நகரத்திலிருந்து வேறு சிறைச்சாலைக்கு அனுப்பப்போகிறார்களே என்ற மகிழ்ச்சி எங்கள் எல்லோருக்கும்! மூன்று மாத தண்டனை பெற்றவர்களுக்கெல்லாம் முகம் சுருங்கிவிட்டது! வாடிவிட்டது - வதங்கிவிட்டது - காரணம்; எங்களுக்கு ஆறுமாதம் கிடைத்து விட்டதாம்; அந்தப் பொறாமையால் தான்- வேறென்ன!

"வாழ்க எம் நாடு!" என்று ஒலித்த குற்றத்திற்கு நீதிமன்றம் தந்த பரிசு கண்டு கண்ணீர் சொட்டுவது போல் வானம் மழையைக் கொட்டிற்று.

இடி-மின்னல் - பெருமழை !

இரவு 8 மணி சுமாருக்கு எங்களில் இருபத்தைந்து பேர்களை ஏற்றிக்கொண்டு போலீஸ் வண்டி புறப்பட்டது. மிச்சம் பதினோறு தோழர்களுக்கு வண்டியில்லாததால் "பிடியுங்கள் சாபம் ! இன்னும் ஐந்தாறு நாட்கள் அரியலூர் ஜெயிலில் இருங்கள்" என்று அவர்களை மட்டும் அங்கேயே வைத்துக்கொண்டனர்.

நாங்கள் இருந்த வண்டி இருட்டையும் - இடையிடையே தோன்றிய மின்னலையும் - மழையையும் கிழித்துக் கொண்டு திருச்சி நோக்கிப் புறப்பட்டது.

வெளியிலே எவ்வளவு மழை பொழிகிறது என்பதை எங்களால் கணக்கிட முடிந்தது எப்படியென்கிறீர்களா - பெய்த மழை முழுதும் எங்கள் தலையிலே தானே பெய்தது.

அரியலூருக்கும் திருச்சிக்கும் இடையே உள்ள சாலை இருக்கிறதே - அடடா தார்ரோடுதான்!

(தார் என்றால் வண்டிக்காரர்கள் மாடுகளைக் குத்த உபயோகிப்பார்களே; அந்தத் தார் எனப் பொருள் கொள்க வாழைத்தார் எனக் கொள்ளினும் கொள்க)

மேலே வானத்திலே இடி! கார் போகும் வேகத்திலே இங்கே ஒருவர் மேல் ஒருவர் இடி!

ஒரு தோழர் பாடினார் அவரையறியாமலே "பிர்க்காக்கள்" உருண்டன - அவ்வளவு அசைவற்ற நிம்மதியான கார் சவாரி!

எவ்வளவு தொல்லைகள் இருந்தால் என்ன; அந்த அரியலூர் காராக்கிரகத்தையும் கக்கூசையும் தலைமுழுகி விட்டு வந்தோமே என்ற ஆறுதல் எல்லாத் தோழர்களுக்கும் ஏற்பட்டது.

வானம் உறுமிக்கொண்டேயிருந்தது. சூடேறியிருந்த எங்கள் உடலிலே மழைத்துளி பன்னீர்போல கொட்டிக் கொண்டேயிருந்தது.

மழை - திராவிடத்தின் வளப்பத்தைச் சொல்லிற்று! இடி திராவிடரின் மனக்குமுறலுக்கு அடையாளமாயிருந்தது!

மின்னல் - இன்னல் புரியும் ஆட்சி இப்படித்தான் தோன்றி மறையும் என உணர்த்திற்று!

இரவு ஒரு மணிக்கு திருச்சி வந்துசேர்ந்தோம். மழை நின்றபாடில்லை. திருச்சியின் தெருவெல்லாம் மழை நீர் ஓடிக்கொண்டிருந்தது. மலைக்கோட்டையின் உச்சியிலே பச்சை விளக்கு எரிந்துகொண்டிருந்தது. நகர் முழுதும் பூரண அமைதி நிலவிக்கொண்டிருந்தது. நடுநிசியிலே - நகர் அடங்கிய நேரத்திலே நாங்கள் கைதிகளாகக் கொண்டு செல்லப்பட்ட அந்தக் காட்சியை சித்தரிக்க இயலாது தான். நனைந்து போன ஆடை - நடுங்கும் உடல் ஆனால் தெளிந்த உள்ளம் - இவைகளோடு எங்கள் பயணத்தின் கடைசிப் பகுதியை முடித்தோம். திராவிட நாட்டுப் போராட்டப் பயணத்திற்கு கடைசிப் பகுதியல்ல; முதல் பகுதி!

அந்த முதல் பகுதியிலே நாமும் நடைபோட்டோம் என்ற எக்களிப்புடன் திருச்சி வீதிகளைக் கடந்தோம். சென்ற வழியிலே திராவிடப்பண்ணை முத்துவின் வீடு இருந்தது. அங்கே இறங்கி விசாரிக்காமல் சென்றது கிடையாது

எப்போதும் ! இப்போது நிறுத்தமுடியுமா காரை ! அதை நினைத்தோம் "நீங்கள் கைதிகள்" என்ற உணர்வு வாயை மூடியது!

ஈரத்தின் கனத்தையும் தூக்கிக்கொண்டு அதோ எங்கள் லட்சியக் கொடிகள் பறந்துகொண்டிருக்கின்றன. அவை காட்டிய வழியிலே நாங்களும் பயணம் நடத்திக் கொண்டிருக்கிறோம்.

மலைக்கோட்டையின் பச்சை விளக்கு மறைந்து விட்டது.

சேரவேண்டிய இடத்திற்கு வந்து சேர்ந்தோம். உயர்ந்த பலமான மதில்களையும் - கோட்டைபோன்ற முகப்பையுமுடைய திருச்சி மத்திய சிறையின் வாயிலிலே போலிஸ் வண்டி நின்றது. நாங்கள் இறங்கினோம்.

அகாலமாகி விட்டதால் - மறுநாள் காலையில் தான் எங்களை விழுங்க முடியும் என்று கூறிவிட்டது சிறை அதிகாரம்.

"சரி - இதோ இந்த இடத்தில் படுங்கள்" என்று சிறைக்கு வெளியேயுள்ள ஒரு மண்டபத்தைக் காட்டினர். அதில் யோகாசனங்களும் - மாயவித்தைகளும் கற்றவர்கள் தான் படுக்கலாம். மழைத் தண்ணீர் கணுக்கால் அளவு தேங்கியிருந்தது. நீர்மேல் படுக்கும் பயிற்சி எங்களுக்கு கிடையாது. ஆகையால் தயங்கி நின்றோம். கால்வலி எடுக்கும் வரையில் நின்றோம்.

பிறகு கருணை பிறந்தது - "சரி இங்கே படுங்கள்" என்று இண்டர்வியூ பார்க்குமிடத்திற்கு வெளியே உள்ள தாழ்வாரத்தைக் காட்டினார்கள். அங்குபோய் உட்கார்ந்தோம். மழைச்சாரல் நிற்கவில்லை.

குளிரும் கோடி கோடித் தேளென மாறிக் கொட்டியது. கண்ணைத் திறக்கமுடியாத மின்னல்! 'புளூரசி' நோயினால் பீடிக்கப்பட்டவன் நான் அதற்குக் குளிர் ஆகாது - தொலைந்து போன நோய் - மீண்டும் தொடர்ந்து விடுமோ இந்தக் குளிரால் எனப் பயந்தேன்; அவ்வளவு குளிர் - சத்தி என்னைக் கட்டிப் பிடித்துக்கொண்டார்- அந்தக் கதகதப்பிலே கொஞ்சம் கண்ணயர்ந்தேன். கைகளைத் தேய்த்துக்கொண்டு சூடு உண்டாக்கிய படியும் - முழங்காலுக்கிடையே கைகளைப் பொத்திக்கொண்டு சுருண்ட நிலையிலும் - எல்லா தோழர்களும் அந்த பயங்க இரவை மிகக் கஷ்டப்பட்டு துரத்திக் கொண்டிருந்தனர்.

ஆரியத் தலைவர் ஆச்சாரியார் அயர்ந்து தூங்கிடும் வேளை!

அவருக்குத் தலைவர் நேரு அனந்த சயனத்திலிருக்கும் நேரம்!

அப்போது நாங்கள் - நாட்டின் விடுதலைப் படையினர் - குளிரின் பலமானப் பிடியிலே சிக்கி மழைச் சாரலில் மண் நிறைந்த தரையில் - சீரழிந்து கொண்டிருந்தோம்.

கதிர் வந்தது - கதவு திறந்தது:

வா! வா! என்று வாழ்த்துபாடி அழைத்த கதிரவன் வந்தான். ஜூலை 18ந் தேதி பிறந்தது. சிறைச்சாலையின் முன்னுள்ள சிறிய கதவு திறந்தது. இரவெல்லாம் குளிரால் வாடிய எங்களுக்கு ஒரு சிறு கோப்பையில் அரைக் கோப்பை தேநீர்-யாராவது தரமாட்டார்களா என்ற ஆசை பிறந்தது - ஆவல் துடித்தது - 15ந் தேதி காலையிலே - அதுவும் அவசரத்திலே நல்ல சாப்பாடு சாப்பிட்டவர்கள் மூன்று நாட்கள் வயிறு காலி! பசியோ கொல்லுகிறது - நாவோ காய்ந்துவிட்டது.

"ம்! உள்ளே செல்க" என்ற உத்திரவும் பிறந்து விட்டது. ஒவ்வொருவராக உள்ளே போய்க் கொண்டிருக் கிறார்கள். நாலைந்து பேர் வெளியே மிச்சம். அந்த நேரத்தில் ஒரு புதையல் கண்டெடுத்தோம். "சார்... சார்.. கொஞ்சம் நில்லுங்கள்" என்றபடி ஒரு தோழர் எங்களை நோக்கி ஓடிவந்தார். பார்த்தோம். ஒரு கோப்பைத் தேநீர்! ஆமாம் - பாலைவனத்திலே பசுந்தரை! ஆளுக்குக் கொஞ்சம் சுடச்சுட சாப்பிட்டோம். நாக்கு வெந்துபோனது கூட பிறகுதான் தெரிந்தது. அந்த தேநீர் தந்த தோழருக்கு எப்படித்தான் வாழ்த்து கூறுவது என்று புரியவில்லை!

சிறிய வாயில் எங்களை அழைத்தது. வெளியுலகத்தை இனி ஆறுமாதத்திற்குப் பிறகுதான் பார்க்கமுடியும் என்பதால் ஆசை தீர ஒருமுறை பார்த்தோம். பிறகு அடியெடுத்து

வைத்தோம், உள்ளே! எங்களை உள்ளே தள்ளியதும் சிறையின் அந்த சிறிய உதடுகள் மூடிக்கொண்டன.

"மாங்குயில் கூவிடும் பூஞ்சோலை - எமை மாட்ட நினைக்கும் சிறைச்சாலை"

பாரதி தாசனின் "அந்த இலட்சிய வரிகள் இதயத்தில் புதிய இன்பம் இசைத்தன.

ஆறு மாதம் என்று கேள்விப்பட்டதும் அதிர்ச்சியடைந்தோம் என்றார் தோழர் வாணன். அவரும் நண்பர் செழியனும் எம்மைப் பார்க்க வந்திருந்தபோதுதான் அப்படிச் சொன்னார்கள்.

எத்தனையோ அதிர்ச்சி தரும் செய்திகளை சந்தித்திருக்கிறது திராவிடர் இயக்கம்.

வேலாயுதத்தை பட்டப்பகலில் கொலை செய்தார்கள்.

தாளமுத்து நடராசனை சிறையில் பிணமாக்கினார்கள்.

நெல்லிக்குப்பத்தில் இளைஞன் மஜிதை குத்திக் கொன்றார்கள்.

வடசென்னை பாண்டியனின் உயிரைக் குடித்தார்கள்.

இவ்வளவும் காந்தீயத்தின் பெயரால் நடைபெற்ற கொலை விழாக்கள்.

இந்தக் காட்டுமிராண்டித் தன்மைக்கு ஒரு முடிவு ஏற்படுத்த கழகம், தியாகத் தீயில் குதித்திட வேண்டிய அவசியம் - அவசரம் - முறை - துறைகள் பற்றியெல்லாம் செழியனும், வாணனும் நாங்களும் சேர்ந்து பேசிய எண்ணங்களை சென்னை கடற்கரை எத்தனையோ தடவை கேட்டிருக்கிறது. செழியன் வாணன் இயக்கத்திற்கு அமைந்த இரு உலைக்களங்கள் போல! அவர்கள் சொன்னார்கள் அதிர்ச்சியடைந்தோம் என்று ! பயத்தால் அல்ல! பாசத்தால்! அனைவரும் எதிர்பார்த்த புதிய அத்தியாயம் ஆரம்பமாகிவிட்டது என்கிறபோது அதிர்ச்சியினிடையே எழுகிற ஆனந்தமிருக்கிறதே - அது எல்லையற்றது. அத்தகைய ஆனந்தம் எம்மை உந்தித் தள்ள சிறைக்கோட்டத்திற்குள் பிரவேசித்தோம்.

எங்கள் ஒவ்வொருவருக்கும் அடையாள எண்கள் தரப்பட்டன். ஆமாம் - எங்கள் வேட்டிகளிலே எழுதப் பட்டன.

வீட்லே என்னுடைய எண் மூன்று!

மூன்றாவது பிள்ளை நான்.

"தவமிருந்து பெற்ற பிள்ளை இப்படி சூனாமானாவாகி விட்டதே" யென்று சுற்றத்தார்சொல்லுவார்கள், முன்பெல்லாம்!

பள்ளிக்கூடத்திலே என்னுடைய எண் மறந்து விட்டேன். S. S. L. C. தேர்விலே என்னுடைய எண் - தோல்வியடைந்த எண் - சொன்னால் அந்த எண்ணுக்கு அவமானம் ஆகையால் சொல்ல வேண்டாம்!

சிறைச்சாலையிலே எனக்கு மாட்டிவிடப்பட்ட சிங்காரப் பதக்கத்தின் எண் 5779!

இன்னும் எத்தனை எண்களை சந்திக்கவேண்டுமோ; ஆனாலும் அந்த முதல் முறையாகப் பெற்ற எண்ணை மறந்துவிட முடியாது.

C. P. என்று சொல்லப்படும் CLOSE PRISON க்கு கொண்டு செல்லப்பட்டோம். முன்னூறுக்கு மேற்பட்ட நமது தோழர்கள் "வருக ! வருக !" என அழைத்தார்கள். 1865ம் ஆண்டு கட்டப்பட்ட அந்த சிறைச்சாலையில் அப்போது மூட்டிவிடப்பட்ட அடுப்பு இன்னும் அணையவில்லையாம் தொடர்ந்து எரிந்து கொண்டேயிருக்கிறது.

வெள்ளைக்காரன் காலத்தில் ஆயிரம்பேருக்கு அதிகமாக கைதிகள் அடைபட்டதில்லையாம் அந்த சிறையில்!

நமது காருண்ய காங்கிரஸ் சர்க்கார் வந்தபிறகு மூவாயிரம் பேருக்கு குறைந்ததே கிடையாதாம்; கைதிகளின் தொகை.

ஒரு சிறு கிராமத்துக்குள் நுழைந்தது போலவேயிருந்தது எங்களுக்கு.

சலவை செய்யப்படும் இடம் உண்டு. தலையலங்காரம், முக அலங்காரம் செய்வோர் உண்டு. வைத்திய சாலை உண்டு. தொழிற்சாலைகள் உண்டு. பாடபோதனை இல்லாவிட்டாலும் பள்ளிக்கூடம் உண்டு. வாசகசாலை உண்டு. பள்ளிக்கூடம் - மருத்துவமனை இரண்டைத் தவிர - பிற எல்லா தொழில்களையும் அங்குள்ள கைதிகளே நடத்துகிறார்கள். கைதிகளுக்காக கைதிகளால் நடத்தப்படும் ஒரு சின்னஞ்சிறிய ராஜ்யத்துக்குள் பிரவேசித்திருப்பதாகவே நாங்கள் உணர்ந்தோம்.

உள்ளேயிருந்து அண்ணாந்து பார்த்தோம். நீலக் கிண்ணம் கவிழ்த்ததுபோல வானம். சுற்றிலும் பெரிய மதிற்சுவர்கள் கைதி என்பதைச் சுட்டிக்காட்ட! உள்ளே வேப்ப மரங்கள் - சிறைவாழ்வின் சுவையை உணர்த்திட!

மதிற்சுவருக்கு வெளியே பொன்மலை - பொறுப்புகள் உனக்கு அதுபோலத்தான் காத்திருக்கின்றன வெளியுலகத்தில் என்பதை எடுத்துச்சொல்ல!

நாட்டுப் பிரிவினைப் போரில் சிவப்பாக்கப்பட்ட இலட்சியச் சாலையில் எங்கள் கால்களும் பதிந்திடுகின்றன என்ற அடங்காத பூரிப்போடு - உள்ளிருந்து அழைத்த தோழர்களுடன் ஐக்யமானோம்.

உள்ளே வந்ததும் நாங்கள் கண்ட முதல் காட்சி என்ன தெரியுமா? நமது தோழர்கள் 'கஞ்சிப்போர்' நடத்திக் கொண்டிருந்தார்கள். ஜெயிலர் நிற்கிறார். அவரைச் சுற்றி தோழர்கள் நிற்கிறார்கள்.

மன்னார்குடி நாராயணசாமியைக் கேள்விப்பட்டிருப்பீர்கள். கழகத்திற்குக் கிடைத்த 'கிங்காங்' களில் அவர் ஒருவர். முறைப்படி சிலம்பம் முதலிய கலைகளை நன்கு பயின்றவர். "சினிமாவை விடு! சிலம்பை எடு!" என்று இப்போது கூச்சல் போடு கிறார்களே; அதற்குப் பதில் சொல்வது போல - சினிமாவும் பார்த்து - சிலம்புப் பயிற்சியும் - மற்ற உடற்பயிற்சிகளும் பெற்று கழகத்தின் பலமான அரணாக இருப்பவர் மன்னைப் பகுதியில்! உடல் வளத்திற்கேற்ற உள்ள வளமும் பெற்றவர். அமைதியெனும் பண்பிலிருந்து அணுவும் நழுவாதவர். அவருடைய தலைமையிலே தான் ஜெயிலரைச் சுற்றித் தோழர்கள் நின்று கொண்டிருக்கிறார்கள். ஜெயிலர் அவர்களுக்கு சமாதானம் கூறுகிறார்.
"அரசாங்க உத்திரவை எம்மால் மாற்ற முடியாது. காலையில் கஞ்சி தரும்படியாகத்தான் எங்களுக்கு சட்டமிருக்கிறது - நானென்ன செய்வது"
இது ஜெயிலர்!

"அரசியல் கைதிகளுக்கு தனிச்சலுகை கேட்டவர்கள் - இப்போது ஆளவந்தவுடன் அதை மறுக்கலாமா?"

இது தோழர்கள்!

ஜெயிலர் சிரிப்பைத்தான் பதிலாகத் தரமுடிந்தது

நான் குறுக்கிட்டேன் - நாராயணசாமியும் என்னுடன் ஒத்துழைத்தார்.

"அரசாங்கத்திடம் நேர்மையை எதிர்பார்க்க முடியாதென்றுதானே அறப்போர் துவங்கியிருக்கிறோம் ஆலகால மரத்தையே ஆணிவேரோடு பிடுங்கும் ஆரம்பப் போராட்டத்தில் குதித்திருக்கிற நாம், இந்தச் சிறுசிறு கிளைகளைப் பற்றிக் கவலைப்படக் கூடாது - கஞ்சியை வாங்கிக் கொள்ளுங்கள்" என்றேன்.

தோழர்கள் உடனே பறந்தனர் கையினில் தட்டுடன்!

அந்த கண்ணியம் நிறைந்த கட்டுப்பாடு கண்டு ஜெயிலர் அதிர்ச்சி அடைந்து விட்டார்.

புதிதாகப் போன எங்களுக்கு எங்கே தட்டு என்று கேட்டோம்!

உங்களுக்குக் கஞ்சித் தட்டு என்றார்கள். புரியவில்லை முதலில்!

நாங்கள் வருவது முன்பே தெரிவிக்கப்படாததால் சாலை ஆகாரம் எங்களுக்குத் தயார் செய்யப்பட வில்லையாம்! "அரியலூர்" எங்களுக்குக் கடைசியாகப் பொழிந்த கருணை அது போலும் !

15ம் தேதி காலையிலே சாப்பிட்டவர்கள் 18ந் தேதி பிற்பகல்தான் ஒரு பட்டை வெள்ளைச் சோற்றைக் கண்டோம்.

"அச்சடித்த சோறே ! அவுன்ஸ் குழம்பே! வேப்ப மரத்து நிழலே! வெல்லம் போட்ட கடலையே ! வெண்ணை எடுக்கா மோரே!"

இது அந்த ராஜ்யத்தின் நாட்டுப் பாடல்! அங்கே நாங்களும் பிரஜைகளானோம். முன்னூறு பேராயிருந்தவர்கள் இரண்டொரு நாட்களில் ஐநூறைத் தொடுமளவுக்கு நானூறைத் தாண்டிய தொகையினரானோம்.

நாங்கள் அங்கே ஒரு புதிய ராஜ்யத்தை அமைத்து விட்டோம். அந்த ராஜ்யம் இரண்டுமாத காலம் மிக அற்புதமாக நடைபெற்றது. அதற்குப் பிறகு நூறாகி - ஐம்பதாகி - ஐந்தாக மாறிவிட்டோம்.

இரண்டு மாதம் நடைபெற்ற எமது ராஜ்ய நிர்வாகத்தை சொல்லாமலிருக்க முடியவில்லை. முதலில் ராஜ்ய அமைப்பைக் கூறுகிறேன்.

C. P. பிளாக் எனப்படும் நாங்கள் அடைபட்டிருந்த இடம் நான்கு பெரும் பகுதிகளாகப் பிரிக்கப்பட்டிருந்தது. ஒவ்வொரு பகுதியிலும் நூறு பேருக்குமேல் அடைக்கப்பட்டிருந்தோம்.

நான்கு பகுதிகளும் - தமிழ் - தெலுங்கு - மலையாளம் - கன்னடம் என்ற திராவிடக் கூட்டாட்சியை எங்களுக்கு உணர்த்தியது.

வேறு பிளாக்கிலிருந்து கைதிகள் யாராவது வரவேண்டுமானால் அனுமதியின்றி வரமுடியாது - அது போல இந்த பிளாக்கிலிருந்தும் போகமுடியாது - நமது திராவிட நாட்டிலும் இப்படித்தான் அனுமதி முறை அமைக்கப்படும். அங்கே எல்லோருக்கும் ஒரேவிதமான உணவு. நமது திராவிட நாட்டிலும் அளவு - சுவை - தரம் - ஆகியவை இப்படி இல்லாவிட்டாலும் எல்லோருக்கும் உணவு கிடைக்கும்படியான வசதியிருக்கும். பட்டினி கிடப்பது அங்கே பெரிய குற்றம். நமது திராவிடத்திலும் யாரும் பட்டினியால் மாளமுடியாது. சிறைச்சாலையில் "மாதிரி திராவிட நாட்டில்" இருந்தவர்கள் எல்லாம் அடிமைகள் - கைதிகள்! உண்மை திராவிட நாட்டில் அடிமைகள் இருக்கமாட்டார்கள் சிறைச்சாலையில்

அடிமைத்தனமிருந்ததற்குக் காரணம் - ஜெயில் அதிகாரம் என்ற மத்திய சர்க்கார் இருந்தது !

நம்முடைய திராவிட நாடு இந்திய மத்ய சர்க்காரின் கீழ் இருக்காது! ஆகவே அடிமைத்தனமும் இருக்காது!

சிறையிலே அந்த மத்யதி சர்க்கார் தேவை!

காரணம் அது சிறை பூமி !

திராவிடத்திற்கு தேவையில்லை வடநாட்டு மத்திய சர்க்கார்!

காரணம் இது சுதந்திர பூமி!

திருச்சி சிறையில் எங்கள் திராவிட ராஜ்யம் ஆரம்ப மாகிவிட்டது. அந்த ஆரம்ப வேலைகளில் தோழர் ராமதாஸ் என்பவர் என்னுடனிருந்து துணைபுரிந்தார்.

ஒவ்வொரு பிளாக் -அதாவது சராசரி நூறுபேருக்கு ஒரு துணைத்தலைவர் தேர்ந்தெடுக்கப்பட்டார். நாலு துணைத் தலைவர்களுக்கும் தலைவர் ஒருவர் தேர்ந்தெடுக் கப்பட்டார். நானூறு பேரும் வசதியாகக் குளிப்பதற்கும், குடிப்பதற்குமான தண்ணீரைப் பெற "ஜல ஸ்தாபன மந்திரி" ஒருவர் நியமிக்கப்பட்டார். உணவு மந்திரி ஒருவர். கடிதப் போக்குவரத்து உள்நாட்டு விவகாரங்களைக் கவனித்து ஜெயில் அதிகாரிகளிடம் தொடர்பு வைத்துக்கொள்ள ஒரு

உள்நாட்டிலாகா மந்திரியும் உண்டு. மருத்துவமனைக்கு அழைத்துச்செல்லுதல், தனி உணவுகளை நோயுள்ளவர்களுக்குப் பெற்றுத் தருதல் போன்றவைகளுக்கு சுகாதார மந்திரி யொருவர். மக்கள் மன்றம் அமைத்தல் - கூட்டுதல் - கலைத்தல் - தலைமை நிலையத்திலிருந்து - இல்லை ஆட்சி பீடத்திலிருந்து வெளியாகும் அறிக்கைகளை உடனுக்குடன் அறிவித்தல் - முதல்வர் எனப்படும் தலைவருக்கு ராஜ்ய நிலைமையை எடுத்துரைத்தல் - ஆகிய காரியங்களுக்காக ஒரு பிரதம செயலாளர் உண்டு.

ஒவ்வொரு பிளாக் தலைவர்களுக்கும் ஒரு துணைத் தலைவர் உண்டு.

பிளாக் தலைவர்கள் ஒவ்வொருவரும் நூறுபேரைக் கட்டிக் காத்தல். அவர்களுக்கு ஆவன செய்தல். இது போன்ற காரியங்களில் ஈடுபடவேண்டும்.

மக்கள் மன்றம் பேச்சு மன்றம் என்றும் அழைக்கப்படும். அது நாள்தோறும் கூடும். மன்றத்தின் ஒவ்வொரு அலுவலாளரும் தேர்தலில் வெற்றி பெற்றவர்களே தான்! மன்றத்தின் அனுமதியோடு பொறுப் பேற்று பணியாற்றுகிறவர்கள்.

அவர்கள் வருமாறு:-

தலைவர் - கருணாநிதி

துணைத் தலைவர் - மன்னை நாராயணசாமி

முதல் பிளாக் தலைவர் - பேராவூரணி அடைக்கலம்

துணை - வடிவேலு

இரண்டாம் பிளாக் தலைவர்- தஞ்சை பட்டு

துணை - பக்கிரிசாமி கிருஷ்ணன்

மூன்றாம் பிளாக் தலைவர் - மாயவரம் கிட்டப்பா

துணை - வள்ளுவதாசன்

நாலாம் பிளாக் தலைவர் - ராமசுப்பையா

துணை - கோபால்சாமி

உணவு மந்திரி - சாம சுப்பையா

உள்நாட்டிலாகா - முல்லை சந்தி

சுகாதார மந்திரி - புகாரி சாகிப்

"ஜல ஸ்தாபன' மந்திரி - அய்வநல்லூர் வேலு

பிரதம செயலாளர் - ஜெயங்கொண்டம் வேணு

மேற்கண்டவாறு இலாக்காக்கள் பிரிக்கப்பட்டு எல்லோரும் பதவியேற்றனர். இதில் மூன்றாம் பிளாக் தலைவராக தோழர் மணி நான்கு நாட்கள் பணியாற்றி - பிறகு வழக்கு சம்பந்தமாக நாகை சென்றுவிட்டார்.

இலாகா சம்பந்தப்பட்டவர்கள் விபரம்:-

தலைவர்:

கருணாநிதி - இவர் திராவிட முன்னேற்றக் கழகத்துப் பிரசாரகர், இந்த நூலின் ஆசிரியர். வயது ஏறத்தாழ முப்பது. தொண்டனாக இருந்தே தொண்டு செய்வதில் விருப்பமுள்ளவர். இதிலிருந்தே கொஞ்சம் தற்புகழ்ச்சிக்காரர் என்பதும் உள்ளங்கனி - நெல்லிக்கை போல் விளங்கும்!

துணைத் தலைவர்:-

நரராயணசாமி - மன்னார்குடியைச் சேர்ந்தவர். இவரைப் பற்றி முன்பே குறிப்பிடப் பட்டுள்ளது. இரும்பு உடலும் - இளகும் நெஞ்சும் பெற்றவர்.

முதல் பிளாக் தலைவர் :-

அடைக்கலம் - பட்டுக்கோட்டை வட்டாரத்தில் நமக்கோர் படைக்கலம். பேராவூரணி குழந்தையென்று ஒரு பெரிய ஆள் இருக்கிறார். அவருடைய பாசறையிலே தயாரான வாட்களில் ஒன்றுதான் அடைக்கலம். பழங்காலத் திராவிட மக்களின் வீரத்தையும் வேகத்தையும் காணவேண்டுமானால் பேராவூரணி செல்லலாம். அங்குள்ள திராவிட முன்னேற்றக் கழகத் தோழர்கள் செய்துகாட்டும் உடற்பயிற்சி - சிலம்பக் கலைகளைக் காணலாம். செயலாற்றும் சிங்கம் அடைக்கலத்தின் ஆர்வமிக்க உழைப்பையும் அன்பர் வடிவேலுவின் அனுபவ சதனைகளையும் கண்டு ஊக்கம் பெறலாம்.

இரண்டாம் பிளாக் தலைவர்:-

தஞ்சை பட்டு! சிட்டாகப் பறந்து செயலாற்றும் தஞ்சை செயலாளர். பயந்த சுபாவமும் - பணிபுரியும் ஆர்வமும் நிரம்பப் பெற்றவர். அடக்கம் - அமைதி - கண்ணியம் இவைகளைக் கட்டிக்காக்கும் பண்பு - கொண்டவர்.

மூன்றாம் பிளாக் தலைவர் :-

மாயவரம் கிட்டப்பா! முட்டவரும் பகைவரை எட்டப்பா என்று சொல்லும் துணிவும் - கட்டுப்பாட்டுக்குப் பணிந்து நடக்கும் தன்மையும் கொண்டவர். மாயவரம் கழகத்து செயல்வீரர். இளைஞர். எழுச்சிக்காளை இன உணர்ச்சி முரசு!

நாலாம் பிளாக் தலைவர் :-

ராம சுப்பையா உணவு மந்திரி என்றால்தான் சிறையிலிருந்தவர்களுக்குத் தெரியும், விளக்கத் தேவையில்லை. உழைப்பின் உரு !

சுகாதார மந்திரி:-

புகாரி! அய்யம்பேட்டையைச் சேர்ந்தவர். காங்கிரசின் அனுதாபியாக இருந்து கழகத்திற்கு வந்தவர். வைத்தியத்

தொழிலில் அனுபவம் பெற்றவர். பொறுமைக்கோர் எடுத்துக்காட்டாக இங்கு நடந்து கொண்டார்.

உள்நாட்டு இலாகா :-

முல்லை சத்தி - முல்லைக்கொம்பை வடிவேலு அவர்களின் இளவல். கொடுத்த பொறுப்பை செவ்வனே செய்பவர். கொஞ்சம் முன்கோபக்காரரே தவிர தோழமைக்கோர் பிசிராந்தை.

ஜலஸ்தாபன மந்திரி :-

அய்வநல்லூர் வேலு. நாகை வட்டாரத்தில் நல்லதொரு தொண்டர். அடக்கமான நடத்தை. கொள்கையிலே அடக்கொணா ஆர்வம். மெலிந்த உடல், மென்மையான மனம் - இயக்க நலனுக்கு செலவிடப்படும் இளமை.

பிரதம செயலாளர் :-

ஜெயங்கொண்டம் வேணு. அலுப்பில்லாமல் உழைக்கும் வைரக் கட்டை. ஒவ்வொரு மூச்சும், பேச்சும், கழகம் கழகம் என்றே ஒலிக்கும். பம்பரம்போல் பணிபுரியும் காளை. போட்டோ ஸ்டுடியோ வைத்து வாழ்க்கையை நடத்திக் கொண்டு கட்சிப் பணியை வாழ்வின் குறிக்கோளாகக் கொண்டவர். எந்த வேலையும் சொந்த வேலையென எண்ணும் சோர்விலாளன். சுயமரியாதை இளஞ்சுடர்.

இத்தகைய அருமைமிகு செயற்குழு, சிறைச்சாலை ராஜ்யத்திலே பதவியேற்றுப் பணிபுரியத் தொடங்கிவிட்டது.

உணவு பரிமாறுதல் - தேவைகளைக் கேட்டல் - சிகிச்சைக்கு அனுப்புதல் முதலிய எல்லாக் காரியங்களையும் சிறைச்சாலை வார்டர்கள் கவனித்து வந்தார்கள். எங்கள் ராஜ்யத்தில்மட்டும் மேற்கண்ட எல்லா பொறுப்புகளையும் எமது மந்திரி சபையும் - மக்கள் மன்றமும் ஏற்றுக் கொண்டது.

எமது ராஜ்யத்தின் ஒரு நாள் நடவடிக்கைகளை முதலில் விளக்குகிறேன். சிறப்பான நிகழ்ச்சிகளை தனித் தனி தலைப்புகளின் மூலம் பிறகு விவரிக்கின்றேன். காலை ஆறு மணிக்கு எங்கள் கூண்டுகளின் கதவுகள் திறக்கப்படும். காலைக் கடன்களை முடித்துவிட்டு கஞ்சி உணவுக்கு பிரஜைகள் தயாராகிவிடுவார்கள்.

நான்கு பிளாக் தலைவர்களும் வேப்பமரத்தடியில் கூடி இன்றைய தினம் யார் யார் கஞ்சி பரிமாறுவது - எந்த பிளாக்கிலிருந்து ஆரம்பிப்பது என்பது போன்ற அலுவல்களை ஆலோசிப்பார்கள். அதற்குள் கஞ்சி அண்டாக்கள் வந்துவிடும். அந்த பெரிய அண்டாக்களை அங்குள்ள கிரிமினல் கைதித் தோழர்கள் தான் தூக்கிவர வேண்டும். அவர்கள் தான் தூக்கிவருவார்கள். ஒவ்வொரு பிளாக் பிரஜைகளும் 'க்யூ' வரிசையில் நின்றுகொண்டு கஞ்சியை வாங்கிக்கொண்டு போவார்கள். கஞ்சி ஒரு நாளைக்கு கெட்டுப் போயிருந்தால் உடனே தலைவரிடம்

நாலு பிளாக் தலைவரும் அறிக்கை சமர்ப்பிப்பர். தலைவர் அதை தலைமை வார்டரின் கவனத்திற்குக் கொண்டு போவார். ஜெயில் அதிகாரம் உடனடியாக குறையைக் கவனிக்க முயற்சி எடுத்துக்கொள்ளும்.

கஞ்சி முடிந்த பிறகு - குளிக்குமிடத்தில் பிரஜைகள் கூடுவர். ஐம்பது பேர்தான் ஏக காலத்தில் குளிக்க வசதியுடைய தண்ணீர்த் தொட்டி. அதில் நானூறுக்கு மேற்பட்டவரை சௌகரியமாகவும் - எல்லோரும் குளிக்கக்கூடிய அளவுக்கு தண்ணீரை சேதப்படுத்தி விடாமலும், குளிக்க வைத்திடும் பொறுப்பை ஜலஸ்தாபன மந்திரி தானே நேரில் நின்று கவனிப்பார். ஒவ்வொருவரும் எத்தனை குவளைகள் ஊற்றிக் கொண்டார்கள் என்ற கணக்குப் பார்த்து - அளவுக்கு மேலாகிவிடாத நிலையில் - அங்குமிங்கும் ஆடியோடி, கட்டுப்படுத்தி - தண்ணீர் தட்டுப்பாடில்லாமல் பார்த்துக்கொள்வார்.

"நீர்மேல் நடக்கலாம் " என்று பாட்டு படித்திருக் கிறோம். அப்படி நடந்து காண்பித்தவர் தோழர் வேலு. ஆமாம் - ஜலஸ்தாபன மந்திரி ! தண்ணீர்த் தொட்டியின் மேலேயே காலை முதல் பிற்பகல் 3 மணி வரையிலே நடை பழகுவார். அவர் போட்டிருந்த பனியனுக்கு உட்பட்ட பாகமெல்லாம் சிகப்பாகவும் - மற்ற இடமெல்லாம் கருப்பாகவும் மாறி - ஆளே இருகலர் மனிதனாகத் தோன்றினார் என்றால் பார்த்துக் கொள்ளுங்களேன்; அவர்பட்ட கஷ்டத்தை!

கஞ்சிக்கும் - குளியலுக்கு மிடையிலே -பிளாக் வாசல்களில் ஒரு ஒலி கிளம்பும். "ஆஸ்பத்ரி! ஆஸ்பத்ரி!" என்ற ஒலி! அதுபோன்ற சப்தம் நமது ஊர்த் தெருக்களிலே கிளம்பினால் "சரிதான் - சான்ஸ் எதுவும் கிடைக்காமல், யாரோ ஒரு டாக்டர் ஆஸ்பத்திரியை விலை கூறுகிறாராக்கும் " என் று நினைப்போம். சிறை ராஜ்யத்திலே வரும் இந்த ஒலிவேறு - சுகாதார மந்திரி புகாரி சாகிப் - தன்னுடைய தேன்கூடு வடிவமுள்ள தாடியைத் தடவியபடி "ஆஸ்பத்திரிக்கு யாராவது வருகிறீர்களா?" என்று கூவுவார். அவர் ஒரு ஐம்பது பேரையாவது தினந்தோறும் மருத்துவமனைக்கு அழைத்துச் சென்று திரும்புவார்.

பத்துமணி சுமாருக்கு "சுதேசமித்திரன் "ஏடு வரும். அந்தப் பத்திரிகையிலே ஏற்கனவே இருக்கிற இருட்டடிப்பு போதாதென்று - இங்கே வேறு முக்யமான செய்திகளிலே தாரைப்பூசி அனுப்புவார்கள். அண்ணா சிறைப் பட்டார் என்ற செய்தியை 'மித்திரன்' மூலமாகப் பார்த்து எல்லோரும் 'உண்ணாவிரதம்' இருந்தோமாம்! அதற்காக எந்த ஊரிலே -எந்த நாட்டிலே - யார் சிறைப்பட்டாலும் அந்தச் செய்திக்கு தார் பூசிவிடுவார்கள்.

நான் கூட விளையாட்டாகக் கேட்டேன்;

இப்படி தேவையற்றவைகளுக்குக் கூட தார் பூசு கிறீர்களே; கோதாவரியில் வெள்ளம் என்று செய்தி வந்தால் உடனே நாங்கள் அதைப் பார்த்து "- ஆகா கோதாவரியில் வெள்ளமா?

அனுதாப உண்ணாவிரதம் இருப்போம் " என்று கூறினால் பிறகு வெள்ளத்தைப் பற்றிய செய்திகளுக்கும் தார் பூசுவீர்களா? "என்று! பதில் கிடைக்கவில்லை - அதற்கு ! - ஒரு வகையில் எமக்கு மகிழ்ச்சி ! இருட்டடிப்பு செய்யும் பத்திரிகைகளின் முகத்தில் தார் பூசவேண்டுமென்று பல நாளாக ஆசைப்படுகிறோம். அந்த அரிய வேலையை அரசாங்கத்தாரே தம் சொந்தப் பொறுப்பில் செய்து கொள்வதற்காக நன்றி தெரிவிக்கத்தான் வேண்டும்.

வந்த பத்திரிகையை எடுத்துக்கொண்டு பிரதம செயலாளர் வேணு ஓடுவார். நான்கு பிளாக்குகளுக்கும் பத்திரிகை சென்று அதைப் பத்திரமாக எடுத்துவரும் வேலையை அவர் துரிதமாகக் கவனிப்பார்.

பிற்பகல் ஒரு மணிக்குள்ளாகவே - அநேகமாக உணவு வந்துவிடும் - வெள்ளைத்துணியால் மூடப்பட்டு - நீண்ட கட்டில் எனப்படும் ஒன்றை நாலுபேர் தூக்கி வருவார்கள். முன்னே சட்டி வரும். அதிலே குழம்பு வரும். பெரிய சட்டி. இப்படி நாலைந்து பெரும் சட்டிகளும் ; நாலைந்து கட்டில்களும், ஒரு அண்டாவில் மோருமாக எங்கள் ராஜ்யத்து உயிர் வாழும் பொருள் - உணவு என்னும் தண்டனை வந்து சேரும். சிறையிலே தரப்படும் பெரிய தண்டனை உணவுதான்! சிறையிலே பெருங்குற்ற மெனக் கருதப்படுவது; அதை சாப்பிட மறுப்பதுதான்! –

பிளாக் தலைவர்களும் துணைத் தலைவர்களும் சோறு - குழம்பு - மோர் -ஆகியவைகளை வரிசை வரிசையாக வந்து வாங்கிப்போகும் பிரஜைகளுக்கு வழங்கு வார்கள். அளவு சோற்றுடன் - அளவுக் களியும் தரப்படும். இரும்பு மணம் கமழும் - பரங்கிக்காய் கீரைகள் கீரைத்தண்டு - முதலிய சிரஞ்சீவிப் பொருள்கள் தலை நீட்டிப் பார்க்கும் - இதன் பெயர் தான் குழம்பு.

புதன் சனிக்கிழமைகளில் துவரை தருவார்கள். அளவுப்படி! அதுதான் எங்கள் நாட்டுக்கு மாமிச உணவு.

சாப்பாடு முடிந்ததும் சிறிது நேரம் களைப்பாறுபடலம், உடனே உள் காட்டு இலாகா மந்திரி சத்தியின் வேலை துவங்கும். மாதம் இரண்டு முறை கார்டு கொடுப்பார்கள். அவைகளைக் கணக்குப் பார்த்து - எழுதியவைகளை வாங்கி அதிகாரிகளிடம் அனுப்பி எழுதாதவைகளை எழுதச் சொல்லி கார்டு வராதவர்களுக்கு கார்டு வாங்கிக் கொடுத்து - அந்த அலுவல்களை கவனிப்பார். புத்தகம் வேண்டுமென்பவர்களுக்கு புத்தகமளித்து படித்தவைகளை வாங்கி கணக்கு சரிபார்த்து - வாசக சாலையில் ஒப்புவிக்க முயற்சி எடுத்துக்கொள்வார்.

இதற்குள் 'இன்டர்வியூ' வரும். சிறையில் உள்ள தோழர்களை சந்திக்க நண்பர்களோ உறவினர்களோ- வருவர்.

அந்தத் தகவலை எடுத்துக்கொண்டு வேணு ஓடுவார். நானூறு பேரில் அவர்களை சிரமப்பட்டு கண்டு பிடித்து 'இன்டர்வியூ' க்கு அனுப்பிவைப்பார். புகாரி சாகிப்பின் 'ஆஸ்பத்திரி' கூவல் மீண்டும் கிளம்பும். மாலை 4 மணிக்கு மக்கள் மன்றத்தை கூட்டும் பொறுப்பை வேணு சரிவரிச்செய்து முடிப்பார். அந்தந்த பிளாக் தலைவர்களும் தங்கள் தோழர்களுடன் மக்கள் மன்றத்திற்கு வந்து சேருவார்கள்.

மக்கள் மன்றம் நாள்தோறும் தலைவரின் - தலைமையிலே தொடங்கும். சிறைச்சாலையில் நடந்துகொள்ள வேண்டிய முறைகள் பற்றியும் கழகத்தின் கடமை கட்டுப்பாடு பற்றியும் சொற்பொழிவு நிகழ்த்தப்படும். தினம் ஒரு பொருளின் மீது பல தோழர்கள் உரையாற்றுவார்கள். இறுதியில் தலைவரின் முடிவுரையுடன் மன்றம் கலையும். சிறு குற்றம் செய்தவர்களும் - மன்றத்தில் விசாரிக்கப்பட்டு - பெரும்பான்மையோர் எண்ணத்திற்கு இணங்க - மன்றத்தின் முன்பு மன்னிப்பு கேட்டுக் கொள்வார்கள்.

மாலை 5-30 மணிக்கெல்லாம் இரவு உணவு வந்து விடும். இப்போது சோளக்களி வராது. அரிசிச்சோறு சிறிது அளவில் பெரிதாய்விடும். மோர் வராது. கடலை உருண்டை வரும். குழம்பு உண்டு. சாப்பாடு முடியும். ஆறுமணிக் கெல்லாம் மூன்று மூன்று பேராக கூண்டுகளில் அடைக்கப்படுவார்கள். நாங்கள் 'பி? வகுப்புக்காரர்கள் தனித்தனி ஒவ்வொருவராகத்தான் அடைக்கப்படுவோம்.

சில கூண்டுகளிலேயுள்ள ஆண் குயில்கள் பாட ஆரம்பிக்கும்! அந்த மகுடித் தொனி கேட்டு பாம்புகள் வந்துவிடும் - பாம்புகளுக்குவேறு 'டூட்டி' இருந்தால் தேள்களையாவது அனுப்பி வைக்கும்.

அந்தத் தேள்கள் நமது தோழர்கள் பலரை முத்தமிட்டுமிருக்கின்றன. இரவு பத்து மணிக்கு அனேகமாக எமது ராஜ்யம் அடங்கிவிடும்.

கணக்கு வருது!

ஆறு மணிக்கு தோழர்கள் அடைக்கப்பட்டதும் கைதிகளின் எண்ணிக்கை சரியாக இருக்கிறதா என்று பார்க்க 'ஹெட்வார்டர்' எல்லா பிளாக்கிற்கும் சென்று சுற்றிப் பார்த்து வருவார். கடைசியாக எங்கள் நாலாம் பிளாக்கிற்கு வருவார். உம் என்போம் நாங்கள்! கணக்கு வந்துவிட்டது.

கெடிகாரம் போவுது!

சிறைச்சாலை முழுதும் பல இடங்களிலே சுவர்களில் ஒரு வகையான சாவி பொருத்தப்பட்டு - அந்த இடங்களுக்கு ஒரு மணிக்கு ஒருதரம் வார்டர் சென்று – தன்னிடமுள்ள கெடிகாரத்திற்கு அந்த சாவி போட்டுவிட்டு வர் வேண்டும். அந்த வார்டர் எங்கும் நிற்கமுடியாது. சுற்றியபடியே காவல் காக்கவேண்டும். நின்றால் அவரிடமுள்ள கடிகாரம் காட்டிக் கொடுத்துவிடும். அவர் இரவு நேரத்தில் கையில் ஒரு

விளக்குடன் போய்க் கொண்டிருப்பது எங்களுக்குத் தெரியும். அவரைப் பார்த்து நாங்கள் மணி தெரிந்து கொள்வோம். அதற்காகத்தானோ என்னமோ - சிறையில் அவர் போனால் "கடிகாரம் போவுது" என்கிறார்கள்! நாங்களும் "கணக்கு வருது !" "கெடிகாரம் போவுது" என்றுதான் சொல்லுவோம்.

இப்படி எங்கள் ராஜ்யம் நடந்துகொண்டிருக்கும் போதுதான் சென்னையில் ஆச்சாரியார் வீட்டு முன் மறியல் அறப்போரில் தலைமை வகித்த தோழர்களான – போர் பலகண்ட புலிநிகர் நண்பர் முனிசாமி, வீரமிகு மறவர் வி. டி. அண்ணாமலை, ஈரோடு தந்த இளஞ்சிங்கம் எஸ். அப்பாவு, காஞ்சிச் செல்வர்களம் பல கண்டு - நம் உளமெலாம் நிறைந்த கர்மவீரர் *C. V.M.* அண்ணாமலை, செயலாற்றும் சீயம் சென்னை *A. K.* சாமி, வடாற்காடு மாவட்ட செயலாளர் - வன்னெஞ்சர் இடுப்பொடிக்கும் வாய்மையாளர் *A. L.C.* கிருஷ்ணசாமி, சமருக்கஞ்சா சம்மந்தம், இன்மொழி பேசும் இன்மொழியன், செருமுனைக்கோர் சிறப்புறு படையாம் செயசந்திரன், நாசம் எதிர்க்கும் நடராசன், அயர்விலாத் தொண்டர் அரசு ஆகியோரும் முன்னூறுக்கு மேற்பட்ட தோழர்களும் கைது செய்யப்பட்டார்கள். பொதுச்செயலாளர் அண்ணா, நெடுஞ்செழியன், சம்பத், மதி, நடராசன் ஆகிய ஐவரும் நிபந்தனையின்றி சொந்த ஜாமீனில் விடுதலை செய்யப்பட்டு அவர்கள்மீது வழக்கும் தொடரப்பட்டது.

டால்மியபுரம் போராட்டம் புதுக்கல்வித் திட்ட எதிர்ப்பு போராட்டம் - ரயில் நிறுத்தப் போராட்டம் - முதலியவற்றை

தூண்டிவிட்டார்கள் என்று குற்றம் சாட்டப்பட்டு வழக்கு நடைபெறத் துவங்கியது.

அந்த வழக்கு திராவிட முன்னேற்றக் கழகத் தலைவர்களில் தண்டிக்கவேண்டும் என்ற நோக்கத்தோடு நடைபெற்றாலுங்கூட - பெரிதும் நமக்கு பயன்பட்ட வழக்காகவே இருந்தது. நம்மைப்பற்றிய முழு விபரங்களை பொதுமக்களும் மாற்றுக்கட்சிகளும் புரிந்து கொள்ளக் கூடிய விதத்திலே வழக்கு அமைந்தது.

லட்சத்துக்கு மேற்பட்ட உறுப்பினர்களைக் கொண்டது திராவிட முன்னேற்றக் கழகம் என்பதும் - கட்டுப்பாடு - கண்யம் - அமைதி - முதலியவை தி. மு. க. வின் லட்சியம் என்பதும் - ஆயிரத்துக்கு மேற்பட்ட கிளைகளையுடைய பெரும் இயக்கம் என்பதும் தமிழகத்தில் காங்கிரசுக்கு எதிராக நிற்கும் மாபெரும் தேசீயக் கட்சி திராவிட முன்னேற்றக் கழகம் ஒன்றுதான் என்பதும் அரசாங்கத்தைச் சேர்ந்த அதிகாரிகளின் சாட்சியங்களின் வாயிலாகவே நாட்டுக்குத் தெரிவிக்கப்பட்டது.

ஐவர்மீது தொடரப்பட்ட வழக்கு இத்தகைய கணிசமான புள்ளி விபரத்தை மக்கள் மன்றத்திற்குத் தந்திட உதவியது.

நீதிமன்றத்திலே ஐவரும் தந்த வாக்குமூலங்கள் நமது கழகக் கோட்பாடுகளை நாட்டுக்கு அறிவிக்கும் முரசங்களாக அமைந்தன.

இனிமேல் நமது கழகத்தோழர்கள் போராட்டத்திலே ஈடுபட்டால் - சிறைச்சாலைக்கு செல்வது என்பதை மட்டும் குறிக்கோளாக வைக்கக் கூடாது. என்ன குற்றம் செய்தோம்: ஏன் தண்டனை பெறவேண்டும் - என்பதையும் வாதித்து - அதன் பிறகும் தண்டனை தந்தால் அப்பீல்களுக்குப் பிறகும் தண்டனை தொடர்ந்தால் "சரி இனி மக்கள் மன்றம் தீர்ப்பு வழங்கட்டும் " என்ற ஆறுதலோடு சிறைக்குச் செல்ல வேண்டுமே தவிர உடனடியாக நீதிமன்றத்தின் தீர்ப்புக்கு நம்மை அர்ப்பணித்துவிடக் கூடாது - என்ற உண்மையை ஐவர்மீது தொரப்பட்ட வழக்கு நமக்கு ஒரு பாடமாகத் தந்திருக்கிறது என்று கூடச்சொல்லலாம்.

வழக்கு நடைபெற்றால்தான் நாமும் எதிர்த்து வாதாடினால் தான் நல்ல தீர்ப்பு கிடைப்பது ஒருபுறமிருந்தாலும் கூட - நாட்டுக்கு நமது நிலையை விளக்க ஒரு அருமையான வாய்ப்பு கிடைக்கிறது.

அந்த வாப்பை இனி தவறவிடக்கூடாது என்பது என் தாழ்மையான தனிப்பட்ட எண்ணமுங்கூட!

அந்த எண்ணத்திற்கு வித்து ஐவர் வழக்கினால் ஏற்பட்ட நல்ல விளைவுதான்!

அம்படிப்பட்ட சரித்திரப் பிரசித்தி பெற்ற வழக்கும் ஒருவாறு முடிவுற்றது.

கிளர்ச்சிகளைத் தூண்டிவிட்டார்கள் என்று குற்றம் சாட்டப்பட்டு ஐவரும் மூன்றுமாத வெறுங்காவல் தண்டனை பெற்றார்கள்.

செப்டம்பர் திங்கள் முதல் நாளிலேதான் இந்தத் தீர்ப்பு வழங்கப்பட்டது.

தூண்டி விட்டார்களாம் ஐவரும் ! ஆகவே கூண்டி லிடப்பட்டார்கள்.

தூண்டிவிட்டது யார் ? கேள்விக்கு சரியான பதில் எது? மக்கள் மன்றம் சுட்டிக் காட்டுகிறது தூண்டி விட்டவர்கள் யார் என்று! ஆனால் அவர்கள் வெளியிலே உலவுகிறார்கள்!!

கிளர்ச்சியைத் தூண்டிவிட்டது திராவிட முன்னேற்றக் கழகம். சரி - ஒத்துக்கொள்வோம்! கிளர்ச்சி செய்யும்படி கழகத்தைத் தூண்டிவிட்டது யார்?

'நான்சென்ஸ்' என்று கூறி தமிழர் துடிப்பைத் துண்டிவிட்டது யார்?

கல்லக்குடி என்ற பெயரை அழித்து தமிழரின் எதிர்ப்பைத் தூண்டிவிட்டது யார்?

புதிய கல்வித் திட்டத்தைக்கொண்டு வந்து நாடெங்கும் புகைச்சலைத் தூண்டிவிட்டது யார்?

தொழிலாளர்களுக்குச் சொந்தமான ஒரு பெரும் ஆலை இருக்கிறது. அதிலே சர்க்கரை மூட்டைகள் அடுக்கப்பட்டிருக்கின்றன. அது கண்டு ஒரு சிலருக்கு வயிற்றெரிச்சல். அந்த ஆலைக்குத் தீ வைக்கும்படி சில ஆட்களை அனுப்புகிறார்கள். தீ வைக்கப்படுகிறது. ஆலை எரிகிறது! அதுகண்ட பொதுநல ஊழியர்கள் புறப்படுகிறார்கள். தண்ணீரைக் கொட்டி ஆலையின் நெருப்பை அணைக்கிறார்கள். நெருப்பு அணைகிறது. பொழுது விடிகிறது. மறுநாள் தீவைக்க ஆட்களை அனுப்பிய தீயவன், தொழிலாளர்களிடம் போகிறான்.

"பார்த்தீர்களா, பாட்டாளி நண்பர்களே ! நீங்கள் அடுக்கி வைத்திருந்த சர்க்கரை மூட்டைகளையெல்லாம் இந்தப் பொதுநல ஊழியர் என்னும் பாவிகள் தண்ணீரை ஊற்றிக் கரைத்து விட்டார்கள் - ஆகவே அவர்கள் மீது உங்களுக்காக நான் வழக்கு போடப் போகிறேன் " என்று கர்ஜிக்கிறார்கள். தீ வைத்து ஆலையை சாம்பலாக்க எண்ணியவன் சர்க்கரை மூட்டையை கரைத்துவிட்டார்கள். அணைக்க வந்தவர்கள் - ஆகவே அவர்கள் குற்றவாளிகள் என்கிறான்!

வடநாட்டு ஏகாதிபத்யம் - ஆணவப் பேச்சு-புதுக் கல்வித்திட்டம் -என்ற நெருப்புகளை வாரி யிறைத்தார்கள், நாடு சாம்பலாகிவிடுமே என்று எதிர்த்தது திராவிட

முன்னேற்றக் கழகம். பொதுஜன சௌகர்யம் என்ற சர்க்கரை மூட்டையை இவர்கள் கரைத்துவிட்டார்கள் என்று வழக்கு போட்டுத் தண்டித்தது அரசாங்கம்!

தீ மூட்டியின் ஸ்தானத்திலேயிருக்கும் அரசு! அணைப்பவரிடத்திலே யிருக்கும் நாம் ! சர்க்கரை மூட்டை போன்ற பொதுஜன வசதி ! இது போன்ற சர்க்கரை மூட்டைகளை ஏராளமாகத் தயாரிக்கக்கூடிய ஆலை போன்ற நமது நாடு!

தீர்ப்பு இப்போது வழங்கவேண்டும், தீர யோசித்த பிறகு!

சட்டத்தைக் கையிலே பிடித்தவர்களால் முடியாது! அது அவர்கட்கு சங்கடமான வேலை! நேர்மையை நெஞ்சிலே படைத்தவர்களால் தான் முடியும் - அவர்கள் நீதி மன்றம் அமைக்கும் காலம் நெருங்கிவிட்டது!

திடீர் திடீர் எனத் தோன்றியிருக்கிறது அத்தகைய நீதிமன்றம் - தீ மூட்டிகள் தோன்றியிருந்த நாடுகளிலே!

சிறை சென்றவர் செங்கோலோச்சுவதும் செங்கோ லேந்திகள் சிறை செல்வதும் சகஜமாகிவிட்ட நாட்களிலே நாம் வாழ்கிறோம்.

சிறையிலேயிருக்கும் போதுதான் அந்த செய்திகளும் நமக்குக் கிடைத்தன.

ஈரான் பூமியிலே - ஷா ஓட்டம் - முசாதிக் வெற்றி- என்ற செய்தி முதல்நாள் வந்தது! மூன்றாம் நாள் முசாதிக் கைது - ஷா ஆட்டம் - என்ற செய்தி கிடைத்தது!

கர்ச்சித்துக் கொண்டிருந்த காஷ்மீரத்துச் சிங்கம் - ஷேக் அப்துல்லா - முதல்நாள் பிரதமர் - மறுநாள் கைதி. சிக்கலைத்தவிர்க்க முடியாத சிலோன் பிரதமர் சேனா நாயகா - சிகிச்சையும் ஓய்வும் தேவையென்று - அரசு கட்டிலை விட்டு இறங்கிவிட்டார்!

இப்படி சுற்றியுள்ள நாடுகளிலே சூறாவளி அடிக்கிறது. காண்கிறோம் நாம்! ஆனால் இங்கு சூதர்கள் சிலர் அந்த சூட்சமத்தை உணராமல் இந்த சாம்ராஜ்ய அதிகாரம் சதமென எண்ணியிருக்கிறார்கள்!

நல்ல மரங்களிலேயே புல்லுருவி பாயும்போது - இந்தக் கள்ளிக்காடுகளா இருந்து வாழப் போகின்றன?

அந்த நம்பிக்கை நிறைந்த ஆறுதலோடுதான் அண்ணாவும் ஐயாயிரவரும் சிறைப்பட்டுள்ள கொடுமையை ஒருவாறு சமாளித்துக்கொண்டோம் - சிறையிலிருந்தபடியே!

இனி எமது ராஜ்யத்தின் நிலைமைகளைப் பற்றிக் கொஞ்சம் கவனிப்போம்.

சிறைச்சாலை ஒரு கிராமம் போலவே எல்லா வசதிகளும் உடையது என்று குறிப்பிட்டிருந்தேனல்லவா?

சலவைசாலை உண்டு - தொழிற்சாலை உண்டு பள்ளிக்கூடம் உண்டு - தோட்டங்கள் உண்டு - என்றெல்லாம் படித்தீர்களல்லவா? அவைகளைப்பற்றி முதலில் சிறிது விளக்குகிறேன்.

சலவைசாலை இருக்கிறது என்பது உண்மைதான்.

சலவைசாலை யென்றதும், எல்லாக் கைதிகளும் தங்கள் உடைகளைப் போட்டு அடிக்கடி சலவை செய்து கொள்ளலாம் என்றுதானே நினைக்கிறீர்கள் - அது தான் தப்பு!

சினிமாப் படத்திலே சலவை சாலை யொன்றைக் காட்டி அதிலே ஏராளமான துணிகளையும் வெளுக்கிறார்கள் என்பதைக் காட்டும்போது எப்படி நாம் பார்த்துக் கொண்டிருக்கலாமோ அதுபோலத்தான் சிறையிலுள்ள சலவை சாலையையும் பார்த்து ரசிக்கலாம். அங்கே எல்லாக் கைதிகளின் ஆடைகளையும் சலவை செய்யமாட்டார்கள். கான்விக்ட் வார்டர் உடைகள் - மருத்துவமனைத் துணிகள் - 'பி' வகுப்பு கைதிகளின் உடைகள் ஆகியவற்றைத் தான் சலவை செய்து கொடுப்பார்கள்.

தொழிற்சாலையிருக்கிறது - திருச்சி சிறையைப் பொருத்தவரையிலே நெசவுத் தொழில் முக்கியமானது.

ஒவ்வொரு கைதியும் நாளொன்றுக்கு இத்தனை கஜம் தர வேண்டுமென்று உத்தரவு போடப்படுகிறது. திருச்சியில் தயாராகும் மருத்துவ மனைக்குத் தேவையான 'பேன்டேஜ்' துணிகள் பெரும்பாலும் - திருச்சி சிறைக்கு மட்டுமின்றி, மாகாண மெங்குமுள்ள சிறைகளுக்கும் அரசாங்க மருத்துவ மனைகளுக்கும் பயன்படுத்தப்படு கின்றன.

இதுபோலவே மாகாணமெங்குமுள்ள சிறைகளில் முக்கியமான பொருள்கள் கைதிகளின் உழைப்பைக் கொண்டே தயாரிக்கப்படுகின்றன.

சேலம் சிறைச்சாலையில் தயாரிக்கப்படும், இரும்பு சாமான்களும், பெரிய பாத்திரங்களும், அலுமினியத் தட்டு குவளைகளும் - மாகாணத்தில் உள்ள எல்லா சிறைகளுக்கும் உபயோகமாகின்றன. அதுபோக மீதியை அரசாங்க சம்பந்தப்பட்ட மற்ற ஸ்தாபனங்கள் பயன்படுத்துகின்றன.

கோவையில் உள்ள சிறையில் பெட்ஷீட்டுகளும், வார்டர் - போலீஸ் முதலியவர்களுக்கு உடுப்புத் துணிகளும் தயார் செய்யப்பட்டு, எல்லா சிறைச்சாலைகளுக்கும், மீதி அரசாங்க அலுவலாளர்களுக்கும் உபயோகமாகிறது. வேலூரில் தயாரிக்கப்படும் செருப்புகளும், பூட்ஸ்களும், அரசாங்க அலுவலாளர்களுக்கும் - எல்லா சிறைச்சாலைகட்கும் உபயோகமாகின்றன. ராஜமுந்திரி சிறைச்சாலையில் நல்ல கம்பளிகள் தயாரிக்கப்படுகின்றன.

இப்படி முக்கிய தொழில்களும் - சில்லரைத் தொழில்களும் - சிறைக் கைதிகளாலேயே செய்யப்படுகின்றன. சர்க்கார் அலுவலகங்களில் இருக்கின்ற மரச்சாமான்கள் பல கைதிகள் சிறைகளில் தயாரித்தவைதான்!

சென்னை சிறையில் அச்சகம் அமைக்கப்பட்டு எல்லா சிறைகளுக்கும் தேவையான அச்சு வசதிகள் கவனிக்கப்படுகின்றன.

தண்டனை பெற்று வந்துள்ள கைதிகள் உழைக்காமல் இருக்கவே முடியாது. தோட்டி வேலைகளையும் அவர்களில் சிலரே செய்யவேண்டும். 'கூட்டு கேங்' என்று ஒரு குழு, கைதிகள் நிறைந்ததாயிருக்கும். அவர்கள் சிறைச்சாலை முழுவதையும் சுத்தப்படுத்திக் கொண்டே யிருக்கவேண்டும்.

குப்பையில்லாவிட்டாலும் கூட்டவேண்டும்.

அதற்குத்தான் 'ஜெயில் வேலை' என்று பெயர்.

பாதைகளில் முளைத்திருக்கும் புற்களையெல்லாம் பிடுங்கும்படி உத்திரவிடுவார்கள். மண்வெட்டி கொண்டு விரைவில் செதுக்கியும் விடலாம். செதுக்கிவிட்டால் பிறகு வேலையிருக்காதே; அதற்காக புல்லைப் பிடுங்கச் சொல்வார்கள். அவர்களும் மிகவும் சுறுசுறுப்பாக - ஆளுக்கொரு நுனிப் புல்லாகப் பிடுங்குவார்கள். அப்போதுதானே மறுநாள் அந்தப்புல் வளரும் - அவர்கட்கும்

வேலை இருக்கும். இதற்கும் 'ஜெயில் வேலை' என்று தான் பெயர். சிறை நிர்வாகத்தை நடத்துவதற்காக முக்கிய அதிகாரிகளும் - கைதிகளைக் கண்காணிப்பதற்காக வார்டர்களும் இருக்கிறார்கள். மற்ற எல்லா வேலைகளையும் கைதிகளே செய்கிறார்கள்.

சிறையில் குற்றம் செய்யும் கைதிகள் சிறையதிகாரிகளால் தண்டிக்கப்படுகிறார்கள். கால் விலங்கு பூட்டுதல் - கைவிலங்கு பூட்டுதல் - நிலவிலங்கு மாட்டி வெயிலில் நிற்கவைத்தல் போன்ற கொடிய தண்டனை களும் கைதிகளுக்கு அளிக்கப்படுமாம்.

சிறைக்குள்ளேயே திருடுபவர்கள் - வேலைக்குப் பயந்து ஒளிந்து கொள்பவர்கள் - சிறை சட்டங்களை மீறி நடப்பவர்கள் - உடனடியாக தண்டனைக்கு உட்படுத்தப்படு வார்கள்.

மாடுபோல ஏற்றங்களை இழுத்து தண்ணீர் பாய்ச்சுகிற வேலைகளையும் அவர்கள் தான் செய்யவேண்டும். எவ்வளவு குளிர் அடித்தாலும் சரி; ஒரு கால் சட்டை - ஒரு அரைக் கை சட்டை ஒரு குல்லா இவைகளால் தடுத்துக் கொண்டுதான் படுத்துக் கொள்ளவேண்டும். நாங்கள் சிலர் பி. வகுப்பு கைதிகளாயிருந்தாலும் கூட கடுங்காவல் தண்டனை பெற்றவர்களாதலால் நாங்களும் குல்லா அணிந்து கொள்ளவேண்டும்.

காலையில் எழுந்ததும் நாலு நாலுபேராய் Fileல் உட்காரவேண்டும். சாப்பிடப்போனாலும் - குளிக்கப் போனாலும் வேலை செய்யப் போனாலும் - காலை முதல் மாலை வரையில் பல தடவை Fileல் உட்கார்ந்த பிறகுதான் போகவேண்டும். அப்படி Fileல் உட்காரத் தவறுவது பெருங்குற்றம். ஏன்; தப்பித்து ஓடுவதற்கு எத்தனித்த குற்றமாகக்கூட ஆகிவிடலாம்! அதற்கெல்லாம் பெருந்தண்டனைகள் கிடைக்கும். தினந்தோறும் குளிப்பதற்கு அனுமதியுண்டு. ஆனால் அவர்களுக்குத் தரப்பட்ட உடைகளை வாரம் ஒருமுறைதான் அவர்கள் துவைத்து உடுத்துகிறார்கள். அது அவர்களின் சோம்பேறித் தனமோ - அல்லது சிறையின் உத்திரவு அப்படியோ தெரியவில்லை ! சிறை அதிகாரிகள் நல்லவர்கள் ஆகவே சிறை உத்திரவாயிருக்கமுடியாது! - மாதா மாதம் ஒரு முறை எண்ணெய் தேய்த்து முழுகலாம் - அதற்கு அளவு எண்ணெய் கொடுக்கிறார்கள். ஞாயிற்றுக்கிழமைகளில் விடுமுறை உண்டு. அன்றையதினம் வேலை கிடையாது. அதற்காக இஷ்டம் போல் சுற்றவும் முடியாது. அவரவர்கள் இருப்பிடத்தில் இருக்க வேண்டியது தான்.

நான், முதலில் சிறைச்சாலை ஒரு கிராமம் போலிருக்கிறது என்று சொன்னதும், "பூ - இவ்வளவுதானா?" என்று நினைத்தவர்களுக்கெல்லாம் இப்போது கொஞ்சம் நடுக்கம் ஏற்படுகிறதல்லவா?

ஆனால் இத்தகைய சிறைச்சாலையைத் தங்கள் ஜீவிய பூமியாக்கிக் கொண்டிருப்பவர்களும் சிலர் இருக்கத்தான் செய்கிறார்கள்.

முதன் முறை சிறைக்கு வந்தவனுக்கு "வெள்ளைக் குல்லாய்" என்று பெயர். பலமுறை வந்தவனுக்கு "கருப்புக் குல்லாய் " என்று பெயர்.

சிறையில் கருப்புக் குல்லாய்களுக்கு குறைவேயில்லை. நிறைய இருக்கிறார்கள்.

குழந்தை முதல் சிறையிலே இருக்கிற ஒரு கைதியையும் திருச்சியில் கண்டேன்.

எங்கள் பிளாக் 'ஹெட் வார்டர்' அவனை தஞ்சை இளங் குற்றவாளிகள் சிறைப்பள்ளியில் *(Borstal School)* சிறு பையனாக இருக்கும்போது பார்த்தாராம்!
அவனுக்கு இப்போது ஐம்பது வயது இருக்கலாம்.
கண்டமாலை நோய் ஏற்பட்டு குணமடைந்தவனான படியால் அவனுக்கு கண்டமாலை என்று பெயர் சூட்டி அழைத்தார்கள்.

அவன் தாயார் அவனை சிறையிலே பெற்றெடுத்த தாகவும் சொல்லுகிறார்கள். சுமார் ஐம்பதாண்டு காலத்திலே அவன் ஐந்து ஆண்டுகள் கூட வெளியுலகத்திலே யிருந்திருக்க முடியாதென்று அங்குள்ள கைதிகள் சொன்னார்கள். அவனைப்பற்றி அவ்வளவு விபரம் தெரிந்த கைதிகள்

எவ்வளவு சிறை அனுபவஸ்தர்களாயிருக்க வேண்டுமென்பதை நீங்களே தெரிந்துகொள்ளுங்கள்! ஆனால் நான் எப்படித் தெரிந்துகொண்டேன் என்று மட்டும் கேட்டுவிடாதீர்கள்! நான் அரசியல் வெள்ளைக் குல்லாதான்!

சிறையில் கருப்புக்குல்லாக்கள் காலத்தை சுலபமாகக் கழித்து விடுகிறார்கள் பழைய அனுபவத்தை வைத்துக்கொண்டு! வெள்ளைக் குல்லாக்கள் தான் மிகவும் வேதனைப்படுகிறார்கள்!

சிறையிலே வேதனையில்லாமல் - ராஜபோகமாகவா இருக்குமென்று கேட்கலாம். வேதனை இருக்க வேண்டியதுதான்! முதலில் வந்த கைதிகள் எச்சரிக்கப்பட வேண்டியவர்கள் - ஆகவே அவர்கள் கஷ்டத்தைக் கொஞ்சம் குறைத்து, உணவு முதலியவற்றில் சலுகை காட்டும் முயற்சியில் அரசாங்கம் உடனடியாக கவலை யெடுத்துக்கொள்ள வேண்டும். இந்த அரசாங்கம் கவலை எடுத்துக் கொள்ளாது! அவர்களுடைய நல்வாழ்வுக்கு வெளியிலே கவலை எடுத்துக் கொண்டிருந்தால்; ஏன் - இத்தனை பேர் கைதிகளாக மாறுகிறார்கள்? வெள்ளையன் காலத்திலே ஆயிரம்பேர் இருந்த சிறையிலே இப்போது மூவாயிரம் பேரல்லவா இருக்கிறார்கள்!

பள்ளிக்கூடங்களை மூன்றுமணி நேரமாகக் குறைத்து சிறைச்சாலையின் கைதித் தொகையை மூன்று பங்கு

அதிகமாக்கும் அதியற்புத அரசாங்கமல்லவா இப்போது நடக்கிறது!

சிறைக்கு வந்த மூன்று நாட்களுக்கெல்லாம் ஜெயிலர் என்னைக் கூப்பிட்டனுப்பினார். ஆங்கிலத்தில் 'டைப்' செய்யப்பட்ட சில காகிதங்களைக் கொடுத்து அதை தமிழில் "உங்கள் நடையில் மொழிபெயர்த்துக் - கொடுங்கள் " என்றார் அவைகளை நான் தமிழில் எழுதிக் கொடுத்தேன். கடுங்காவல் தண்டனைபெற்ற கைதியாயிற்றே; மறுக்கக்கூடாது! நான் எழுதியதை - மாயவரம் ஓவிய நண்பர் பி.டி.ராசன் சிறையிலுள்ள 'குவாரன்டைன்'என்னுமிடத்தில் அழகிய முறையில் வர்ணத்தால் சுவற்றில் தீட்டிக் கொடுத்திருக்கிறார். அவைகளைப் படித்துப் பார்த்தால் சிறையில் உள்ள வசதிகள் - சட்ட திட்டங்கள் எல்லாமே தெளிவாகும் என்று நம்புகிறேன். நீங்கள் அவைகளைப் படிப்பதற்கு முன்பு சிறையைப் பற்றிய இன்னும் சில விபரங்களைக் குறிப்பிட்டு விடுகிறேன். சிறை அதிகாரிகள் யார் யார் என்பதும் கைதிகளை எப்படிக் கண்காணிக்கப்படுகிறது என்பதும் தெரிந்துகொள்ள வேண்டியவை யல்லவா ?

ஜெயில் சூப்பரின்டெண்ட்:

மாதம் ஐநூறு ரூபாய் வரையிலே சம்பளம் பெறக் கூடிய இவரது பொறுப்பிலேதான் சிறையின் முழு நிர்வாகமும் ஒப்படைக்கப்பட்டிருக்கிறது.

ஜெயிலர்:

இவரது மாதச் சம்பளம் சுமார் 300 ரூபாய். இவர் சூப்பரின்டெண்ட்டுக்கு அடுத்தபடியாக சிறை அதிகாரத்தில் அங்கம் வகிக்கிறார். காலையில் சிறையைத் திறக்கும் பொறுப்பு அவருடையதுதான்.

டிப்டி ஜெயிலர் :

பதவிப் பெயரிலிருந்தே இவரும் ஜெயிலருக்கு அடுத்தபடியான கௌரவம் வாய்ந்தவர் என்பது தெளிவாகும்.

கேம்ப் ஜெயிலர் என்றும், இன்டர்வியூ டிப்டி ஜெயிலர் என்றும் இன்னும் இரண்டொரு பதவிகள் இருக்கின்றன.

சீப் வார்டர்:

எல்லா வார்டர்களுக்கும், தலைமை வார்டர்களுக்கும் இவர் அதிகாரி. திருச்சி சிறையில் 'டவர்' என்று ஒரு இடமிருக்கிறது. அதுதான் சிறைச்சாலைக்கு இருதயம் போல! அங்கே தான் சீப் வார்டர் இருந்து காரியமாற்றுவார்.

ஹெட் வார்டர் :

ஐந்தாறு பெரும் பிளாக்குகளாகப் பிரிக்கப்பட்டிருக்கும் சிறைச்சாலையில் பல ஹெட்வார்டர்கள் இருக்கிறார்கள். ஒவ்வொரு பெரும் பிளாக்கின் முழுப் பொறுப்பும் இவர்களிடமே யிருக்கிறது.

வார்டர்:

நீலத் தொப்பியும், காக்கி சட்டையும் அணிந்திருப்பார்கள். ஹெட்வார்டர்களுக்கு அதேமாதிரி தொப்பியில் இரு ஜரிகைக் கோடுகள் உண்டு. இவர்களுக்கு மாதம் அலவன்ஸ் உட்பட சம்பளம் ஐம்பது ரூபாய்க்குள் தான் கிடைக்கிறது. குடும்பத்தை சரி வர நடத்த முடியாத நிலைமையிலே கஷ்டப்படுகிறார்கள். போதுமான சம்பளம் கிடைத்து - பூரிப்பான வாழ்வு நடத்த அவர்களால் முடியுமானால் இன்னும் உற்சாகத்துடன் கடமை செய்வார்கள். ஹெட் வார்டர் - வார்டர்களின் சம்பளத்தை அதிகமாக்க வேண்டுமென்று காங்கிரசார் சிறையிலிருந்த போது சொன்னார்கள். ஆட்சிக்கு வந்தபிறகு எத்தனையோ மறந்தார்கள் அவைகளில் இதுவும் ஒன்று! சராசரி மனிதன், தன் தேவை பூர்த்தி செய்யப்படும் போது தவறு செய்ய மாட்டான் என்பதை இந்த ஆட்சியாளர் உணந்திருந்தால் கைதிகளின் தொகை இவ்வளவு பெருகியிருக்கமுடியாது என்பதை முன்பே குறிப்பிட்டிருக்கிறேன்.

காணிக்கை வார்டர்:

சிறையில் வார்டர்களுக்கு அடுத்தபடியாக பதவிவகிப்பவர்கள் காணிக்கை வார்டர்கள் தான். இவர்களுக்கு சம்பளம் கிடையாது. வெள்ளை உடையும் வெள்ளைத் தொப்பியும் உண்டு. வார்டர்கள், வேலை முடிந்ததும் வெளியிலே செல்வதுபோல் இவர்கள் செல்ல முடியாது. காரணம் இவர்களுக்கு வேலை முடிவதே இல்லை.

காணிக்கை வார்டர் என்பது உங்களுக்குப் புதிராக இருக்கிற தல்லவா?

கான்விக்ட் வார்டர் (Convict Warder) என்பதுதான் இப்படித் திரிந்து, தேய்ந்து, தெளிந்து - காணிக்கை வார்டராகியிருக்கிறது. மூன்று நான்கு வருடங்களுக்குமேல் தண்டனை பெற்ற கைதிகள் தங்களின் நன்னடத்தையால் சிறைச்சாலையில் பெறுகிற உத்தியோகமிது !

நீண்ட நாள் தண்டனை பெற்ற ஒரு கைதி மெள்ள மெள்ள ஒரு மேற்பார்வையாளனாக பதவி பெறமுடியும். 'ஓவர் சீயர்' என்று அந்த உத்தியோகத்துக்குப் பெயர். வெள்ளைத் தொப்பியும் - கால் சட்டையும் - அரைக்கை சட்டையும் அவனது உடுப்பு! அவனது பார்வையிலே பல கைதிகள் கண்காணிக்கப்படுவார்கள்.

சிறுகச் சிறுக ஓவர்சியருக்குப் பதவி உயர்ந்து, அழகான வெள்ளைத் தொப்பியும் - வெள்ளைக் கோட்டும், நீண்ட வெள்ளைக் காலுறையும் தரப்பட்டு - 'கான்விக்ட்' வார்டராக மாறிவிடுவார்கள். 'ஓவர்சீயர்' இரவு நேரத்திலே கூண்டிலே அடைபட வேண்டும். 'கான்விக்ட் வார்டர்' - அதாவது கைதி வார்டர் கூண்டிலே அடைபடத் தேவையில்லை. ஆனால் இரவு நேரங்களில் மாறி மாறி - குறிக்கப்பட்ட கால அட்டவணைப்படி - பிளாக்குகளில் - மதிற் சுவருக்குப் பக்கங்களில் காவல் புரிய வேண்டும்.

திருச்சி சிறையிலுள்ள கான்விக்ட் வார்டர்கள் பெரும்பாலும் ஆயுள் தண்டனை பெற்றவர்கள் தான். ஆயுள் தண்டனை என்பது இருபது ஆண்டு!

ஆனால் - அவர்கள் நடந்து கொள்ளும் முறை - திருந்திய நடவடிக்கை அயராத உழைப்பு இவைகளின் காரணமாக அவர்களுக்கு 'நாட் கழிவு' தரப்பட்டு இருபதாண்டுகட் குள்ளாகவே விடுதலையாகி விடும் வாய்ப்பு இருக்கிறது.

ஆயுள் தண்டனை பெற்றவர்களும் பெரும்பாலும் தூக்கு மேடையிலிருந்து திரும்பியவர்கள் தான்! தூக்கு மேடைக்கு செல்லும் கைதிகளுக்காக ஒரு தனி இடம் இருக்கிறது. அதற்குப் பெயர் 'கண்டம்' என்கிறார்கள். அதுவும் திரிந்து தெளிந்த பெயர்தான் ! *Condemned Prison* என்பது தான் கண்டம் என்று மாறியிருக்கிறது. அங்கு வந்த மனிதனுக்கு ஒரு கண்டம் இருக்கிறது என்பதை அது குறிப்பதால் திரிந்த பெயரும் ஒருவாறு பொருந்தும்! அந்தக் கண்டத்தில் தான் ஒரு காலத்தில் அண்ணாவும், பெரியாரும் பத்து நாட்கள் அடைக்கப்பட்டிருந்தார்கள். கண்டத்திலேயிருக்கும் கைதிகள் தனித்தனியே தான் வைக்கப்படுவார்கள். ஒவ்வொரு ஆளுக்கும் ஒரு காவல் உண்டு. அதற்குப் பக்கத்திலேயே சிறிது தூரத்தில் தூக்குமேடையுமிருக்கிறது. நாங்கள் சென்ற பிறகு- எட்டு குற்றவாளிகள் அந்த மேடை மூலம் உலக விடுதலை பெற்றிருக்கிறார்கள். மிகவும் சோகமான செய்தியொன்று ! ஒரு குற்றவாளிக்கு ஆயுள் தண்டனை கிடைத்திருந்தது. அவன் அதையும் மறுத்து அப்பீல் செய்தான். அப்பீலில் அவனுக்குத்

தூக்குத் தண்டனை கிடைத்து விட்டது. அவன் நிலைமை எப்படியிருக்குமென்பதை நீங்களே யோசித்துக் கொள்ளுங்கள். அக்டோபர் மாதம் 15ந் தேதி சூரியனைக் காணாமலே அவன் தூக்குக் கயிறை முத்தமிட்டுவிட்டான். ஒருநாளில் ஐந்துபேர் தூக்கிலிடப்பட்டார்கள். தேரழுந்தூரைச் சேர்ந்தவர்கள் அவர்கள்.

கொலைக்குற்றத்தில் ஈடுபட்டு ஆயுள் தண்டனை பெற்ற கான்விக்ட் வார்டர்கள் சிறைச்சாலைக்குள்ளே மற்றவர்களோடு மிகவும் நன்றாகப் பழகுகிறார்கள் . திருந்தி நடக்க வேண்டும் என்ற ஆசையோடு காலத்தைக் கழிக்கிறார்கள்.

குடிவெறியில் கொலை செய்தவர்கள் கற்பு தவறிய மனைவியைக் கொலை செய்தவர்கள்-பங்காளிகளைக் கொலை செய்தவர்கள் -நிலத் தகராறுகளால் கொலைச் செயலில் ஈடுபட்டவர்கள் எதிரிகள் கொடுத்த தொல்லையால் கொலை வெறிக்குத் தூண்டிவிடப்பட்டவர்கள் - ஆகிய வர்களைத்தான் அதிகமாகக் காணமுடிகிறது சிறைச்சாலைகளில்!

இருபது ஆண்டு தண்டனை சாதாரணமானதா? இளைஞனாக இருந்தால் வனப்பும் வசீகரமும் நிறைந்த வாலிபம் சிறைச்சாலையிலேயே முடிந் து விடுகிறது- நாற்பது வயதுக்கு மேற்பட்ட மனிதனாகத்தான் அவனை வெளியே பிரசவிக்கிறது சிறைச்சாலை!

வாலிபத்தைக் கடந்த நிலையிலே உள்ளவன் ஆயுள் தண்டனை பெற்றால் வாழ்வின் சுகத்தை இனிமேல் - அனுபவிக்க முடியாது என்ற பருவத்திலே சக்கை மனிதனாக அவனை சிறைச்சாலை வெளியே உமிழ்கிறது! ஆயுள் தண்டனையை விட மரண தண்டனை எவ்வளவோ மேல் தான்!

ஆனால் ஆயுள் தண்டனை பெற்ற கைதிகள், வெளியில் வந்த பிறகு புதிய மனிதர்களாக மாறி - கொலை வெறியைத் தடுக்கும் கொள்கைக்காகப் பாடுபட்டார்களேயானால்- ஒரு கொலையால் வந்த பழியை பல உயிர்களைக் காப் பாற்றுவதின் மூலம் போக்கிக்கொள்ளலாம். அதை விட்டு வெளியில் வந்ததும் - "என்னிடம் யாரும் வாலாட்டக் கூடாது - நான் கொலைக் கேசில் ஜெயிலுக்குப் போன வனாக்கும்" என்று மீசையை முறுக்கித் தோளைத் தட்டிக் கொண்டு நின்றால் அது வீரமுமாகாது - விவேகமு மாகாது! கோழைத் தனத்தின் கூக்குரலாகவே கருதப்படும்.

எதைப் பற்றியோ பேச வந்த நாம் - எங்கேயோ உபதேச காண்டத்திற்குப் போய்விட்டதுபோல் தெரிகிறது. திரும்ப நம்மிடத்திற்கே வருவோம். இப்போது சிறைச்சாலையில் உள்ள அலுவலாளர்களைப்பற்றி ஒருவாறு புரிந்து கொண்டோம். கொலைக் குற்றத்தால் தண்டனை பெற்றவர்கள் நிலையையும் அறிந்துகொண்டோம். கொள்ளைக் குற்றம் - கள்ளக் கையெழுத்து - பிக் பாக்கெட்

அரசாங்க மோசடி இவைகளில் ஈடுபட்டவர்களும் இருக்கிறார்கள். இப்போது திருச்சி சிறை யில் உள்ள கைதிகளில் மிகப் பெரும்பாலோர் பாதிக்கு மேற்பட்ட தொகையினர் மொத்தம் மூவாயிரம் கைதிகள் என்பதைக் குறைக்காமல் போக்கு வரத்துக் கைதிகளாக இருப்பவர்கள் சாராய வழக்கில் ஈடுபட்டவர்கள் தான். இன்று நூறு சாராய வழக்கு கைதிகள் விடுதலையானால் - நாளைக்கு நூற்றி ஐம்பது சாராய வழக்கு கைதிகள் உள்ளே நுழைகிறார்கள். காங்கிரஸ் சர்க்காரின் 'மதுலிலக்கு' நாற்றமடிக்கும் காட்சி சிறைச்சாலையைப் பார்க்கும்போது தான் பட்டவர்த்தனமாகத் தெரிகிறது.

மதுவிலக்கினால் பதினேழு கோடி ரூபாய்களில் வரி நஷ்டம் மட்டுமில்லாமல் - மதுவிலக்குப் போலீசார் சம்பள விரயமும் - கள்ளச்சாராயம் காய்ச்சுவோரைப் பிடிக்க செலவழியும் தொகையும் பிடிபட்ட கைதிகளுக்கு சிறைச்சாலையில் உணவளிக்க ஏற்படும் செலவும் எங்கு போய் நிற்கும் என்பது தெரியவில்லை ! இவ்வளவு செலவழித்தும் சட்டம் உடையாமலிருக்கிறதா என்று பார்த்தால் - அதுவுமில்லை; அய்யோ பாவம் - துண்டு துண்டாக - செதில் செதிலாக – அணு அணுவாக மதுவிலக்குச் சட்டம் மரணப் படுகுழியில் பிய்த் தெறியப்பட்டுக் கொண்டே யிருக்கிறது.

"மதுவிலக்கை வாபஸ் பெறாதீர்கள்! கள்ளச் சாராயம் காய்ச்சும் புதிய குடிசைத்தொழில் கெட்டு விடும்" என்று

புரட்சிக்கொடி ஏந்துகிற அளவுக்கு ஒரு பெரிய வர்க்கம் உற்பத்தியாகி நிற்கிறது!

இந்த லட்சணத்திலே யிருக்கிறது 'மதுவிலக்கு ' சட்டம். அரசாங்க நிர்வாக யந்திரத்தின் திறமைக்கு இது ஓர் நல்ல அத்தாட்சி?

ஒரு நாடு நலமுற சட்டங்கள் இயற்றுவது மட்டும் போதாது! அதை அமுல் நடத்தும் திறமை மிக்கவர்கள் அதிகாரத்தில் அமரவேண்டும். அந்த நிலைமை ஏற்படும் வரையிலே கண் துடைப்பு சட்டங்களால் பயன் நிச்சயமாக இல்லை. இதைத்தான் திருச்சி சிறைச்சாலையிலும், மற்ற சிறைச்சாலைகளிலும் நிரம்பி வழியும் மது காய்ச்சிய குற்றவாளிகளின் தொகை- மந்த புத்தியினருக்கு நினைவுறுத்துகிறது.

அடடா! மறுபடியும் எங்கேயோ - போய்விட்டோமே! எதையெடுத்து விவரித்தாலும் இறுதியில் அரசாங்கத் திடம் தான் போய் நிற்கிறது என் செய்வது! நாட்டின் நன்மை தீமைகளுக்கு அரசோச்சுகிறவர்கள் தானே பொறுப்பாளிகள். ஆகவே நாம் அந்த இடத்திற்குப் போய்விடுவதில் ஆச்சரியமில்லை.

சரி, மீண்டும் சிறைச்சாலைக்கே வருவோம். சிறையில் நுழையும் கைதிகளுக்கு சிறையின் சட்ட திட்டங்கள் வசதிகள் பற்றி - வெளியிலேயுள்ள 'குவாரண்டைனில்?

குறிப்பிட்டிருக்கிறார்கள் என் று முன்பு சொன்னேன். இதை நீங்கள் படித்துக் கொண்டால் சிறைச்சாலையைப் பற்றிய முழு விபரங்களை கூடியவரையில் பெற்றுவிடுவீர்கள். பிறகு நமது கதையைத் தொடங்குவோம். இதோ படியுங்கள்! நான் மொழி பெயர்த்து -ராஜன் சுவற்றில் தீட்டியது இதுதான்!

நினைவுக்கு!

'குவாரண்டைன்' இதுதான். இங்கு நீங்கள் பத்து நாட்கள் வைக்கப்படுவீர்கள். இங்கே நீங்களும் உங்கள் சகோதரக் கைதிகளும், வியாதியிலிருந்து பாதுகாக்கப்படுவீர்கள். டாக்டர்கள் கடமை புரிய ஒத்துழையுங்கள். அவர்கள் நோய் நீக்கப் பாடுபடுகிறவர்கள்.

கவனிக்க!

எந்த வேலையை விரும்புகிறாய்? தச்சுவேலையா? தறிவேலையா? தையற் தொழிலா? புத்தகம் தைப்பதா? பயிர்த் தொழிலா? பாய் பின்னுவதா? தேவையானதைத் தேர்ந்தெடு. வெளியிலே நீ செய்த வேலையையும் இங்கே விரும்பும் வேலையையும் சிறையதிகாரியிடம் கூறு. அவர் உனக்கு நல்ல வேலை வழங்குவார்.

கண்ணான நேரம் - பொன்னான வாய்ப்பு!

நீ படிக்க விரும்புகிறாயா? பள்ளியுண்டு சிறையிலே! ஆங்கில தமிழ் நூல்கள் நிறைந்த புத்தக நிலையம் உண்டு. உள்ளங் கவர்ந்த ஆசிரியர்களின் ஏடுகளை நீங்கள் தேர்ந் தெடுக்கலாம். எழுத படிக்க கற்க முடியும். அவ்வழி செல்ல ஆசிரியரை

நாடுக பொன்னான இவ்வாய்ப்பை இழக்காதீர்கள். சிறந்த மனிதர்கள், சிறையிலே தான் பல கருத்துக்களை பெற்றிருக்கிறார்கள்.

[குறிப்பு: வாசகசாலையையும், பள்ளியையும் பெரும்பாலும் அரசியல் கைதிகள் தான் பயன்படுத்திக்கொள்ள முடிகிறது ஆர்.]

உடைகள் :

உனக்கு இரண்டு ஜோடி துணிகளும், ஒரு படுக்கையும் தரப்படும். உடைகளை ஒன்பது மாதங்கள் வரையில் உபயோகிக்க வேண்டும். அவைகளை சுத்தமாகவும், கால வரையறைக்குமேல் உழைக்க கூடியதாகவும் வைத்துக் கொண்டால், அதற்காக தனி நாட்குறைப்பு உண்டு. இந்த சலுகைக்கு நாங்கள் ஆக்கம் தருவோம். வேண்டு மென்றே உடைகளை வீணாக்கினால் தண்டனை உண்டு என்பதை மறவாதே. முதல் அறிவுரையையே நீ பின் பற்றுவாய் என்பது உறுதி.

பேட்டியும் கடிதமும் :

ஒவ்வொருவரும் நண்பர்களையும், உறவினர்களையும் பதினைந்து நாட்களுக்கு ஒருமுறை பேட்டி காணவும் - மாதம் இருமுறை கடிதங்கள் எழுதவும் வந்த - கடிதங்களைப் பெறவும் அனுமதிக்கப் படுவார்கள், தனி சலுகையும் தரப்படும். ஆனால் கண்ணியமாய் நடப் பவருக்கே இந்த சலுகை என்பதை மறவாதே.

நாட்குறைப்பு :

நாட்குறைப்பு என்பது உன் தண்டனை காலத்தைக் குறைப்பதெனப் பொருள். மூன்று மாதமும் அதற்கு மேலும் கடுங்காவல் தண்டனை பெற்றவர்களுக்கு நன்னடைத்தைக்காக இரண்டு நாட்களும், நல்ல ஊழியத் திற்காக இரண்டு நாட்களும், ஆக மாதம் நான்கு நாட்கள் குறைப்பதற்கு வாய்ப்பு உள்ளது. அதுவுமன்றி தொடர்ந்து பனிரெண்டு மாதங்கள் எவ்வித குற்றமும் புரியா திருப்பின் தண்டனையில் பதினைந்து நாட்கள் குறையும். அதற்காக முயற்சித்து அதிகப்படியான பயன்பெறுக. பயனுள்ள பணிபுரிவோருக்குமுப்பது நாட்கள் - நாட்குறைப்பு கிடைக்க வசதியுண்டு.

உத்தியோக உயர்வு :

கைதிகள் பலவாறு பிரிக்கப்படுகிறார்கள். அவர் கட்கும் உத்தியோக உயர்வு உண்டு.

அறுபது நாள் நாட்கழிவு பெற்ற நல்ல ஊழியரும், - சிறந்த பண்புடையவரும் இரவுக் காவலராகவோ - (வாட்ச்மேன்) ஊழியரை மேற்பார்வை யிடுபவராகவோ உயர்த்தப்படுவார்கள், இரவு காவலனுக்கு மாதத்தில் ஐந்து நாட்களும், மேற்பார்வையாளனுக்கு ஆறு நாட்களும் தண்டனை காலத்தில் விடுமுறையாகக் குறைக்கப்படுகிறது. இந்த இரண்டு பிரிவிலும் ஆறுமாதகாலம் அலுவல் பார்த்தவருக்கு, கைதி வார்டர் (கான்விக்ட் வார்டர்) என்ற

உயர்ந்த உத்தியோக உயர்வு உண்டு. அவர்கட்கு மாதத்தில் எட்டு நாட்கள், "நாட் கழிவு" தரப்படும். ஆனால் - நல்லவன், நம்பிக்கையானவன், நாணயமுள்ளவன், என்பதை நிரூபிக்க வேண்டும். இதைப் பெறும் வாய்ப்பை நீங்கள் விரும்பத்தான் செய்வீர்கள்.

ஆலோசனை மன்றம் :

குறிப்பிட்ட கைதிகளை தண்டனை காலத்திற்கு முன்பு விடுதலை செய்வதுபற்றி - மூன்று மாதத்திற் கொருமுறை கலெக்டரும், செஷன்ஸ் ஜட்ஜும், உத்தியோகப் பற்றற்ற உறுப்பினரும் கூடி ஆலோசிப்பார்கள், இரண்டு ஆண்டும், அதற்கு மேலும் தண்டனை பெற்று அதில் முக்கால் பாகம் அனுபவித்தவர்களைப் பற்றி கவனிக்கப்படும். ஆனால் ஒழுங்கான நடவடிக்கையுள்ள கைதிகளைப் பற்றித்தான் இந்த மன்றம் சிந்திக்கும். கண்ணியமுடன் நடந்து- அதிகக் கவலையெடுத்து இந்த அனுகூலத்தை அடைவாயாக.

நீ நோயாளியா?

இங்கே வசதி நிறைந்த வைத்தியசாலை உண்டு. உன் பிணியைப் பற்றி அக்கரை காட்டும் டாக்டர்கள் உண்டு. அமைதியாயிருந்து - அவர்களின் ஆலோசனைகளைக் கேட்டு ஆரோக்கியத்தை வளர்த்துக்கொள்! - போலி வியாதிகளை மிகைப்படுத்துவோர் தண்டனைக்கு உட்படுவார்கள்.

நம்நாடு. விரும்புகிறது - பலமான உடல்களையும் - பரந்த உள்ளங்களையும்!

குறிப்பு:[*இதுபோன்ற குறிப்புகள் இன்னும் சில உள. குவாரன்டைனில் ! குவாரன்டைன் என்பது - தண்டனை பெற்ற கைதிகளை பத்து நாட்கள் வைத்திருக்கும் சிறைச்சாலையின் திண்ணை போல*]

பேச்சு மன்றம்

"பேச்சு மன்றம் ஒன்று உங்கள் ராஜ்ஜியத்திலே ஆரம்பித்தீர்களே; அது என்னவாயிற்று? என்று கேட்க நீங்கள் துடிக்கிறீர்கள். அது பல பேச்சாளர்களைத் தயாரித்தது. பெரிய மேடைப்பிரசங்கிகள் ஆகாவிட்டா லுங்கூட தங்கள் தங்கள் ஊர்களில் கொள்கையைத் தெளிவாகச் சொல்லும் பிரச்சாரகர்கள் உற்பத்தி செய்யப்பட்டார்கள். மாவட்டத்திலே 'பயிற்சி முகாம்' அமைப்பது என்றால் குறைந்தது ஆயிரம் ரூபாயாவது செலவாகும். அதுவும் ஒரு வாரம் நடத்த முடியும். இப்போது அரசாங்க செலவிலேயே இரண்டு மாதகாலம் பயிற்சி முகாம் நடத்திடக் கூடிய நல் வாய்ப்பை இழக்க முடியுமா என்ன?

"கடவுள் உண்டா? இல்லையா? என்பது பற்றி முதல்நாள் பல நண்பர்கள் தங்கள் கருத்துகளை எடுத்துரைத்தார்கள். உண்டு என்று சிலரும், இல்லை என்று சிலரும் வாதிட்டார்கள். இல்லையெனும் எண்ணமுடையவர்களே உண்டு என்னும் வாதத்தை சிறப்பாக நடத்தினார்கள்.

'ஒரு கடவுள் உண்டு' என்ற கொள்கையை திராவிட முன்னேற்றக் கழகம் மறுத்துரைக்கவில்லை என்றாலுங் கூட – கடவுள் பற்றிய விவாதத்தை, ஆராய்ச்சியை நிகழ்த்துவதிலே அதற்குத் தடையொன்றுங் கிடையாது. கடவுள் பெயரால் சீரழிக்கப்படும் பொருளாதார நிலை பற்றியும் - அதைத் தடுப்பதற்கான வகை பற்றியும் தீர யோசித்து முடிவு காணுகிற இயக்கம் திராவிட முன்னேற்றக் கழகம் ஒன்றுதான்!

கடவுள் உண்டென வாதிட்ட ஒரு தோழர் கூறினார்; "கடவுள் இல்லை யென்போர் காட்டுமிராண்டிகள்" என்று!

இந்தப் பட்டத்தை கடவுள் உண்டென்போர் மிகத் தாராளமாக சூட்டிவிடுவது நாடறிந்த உண்மை. அந்த உண்மையிலும் ஒரு உண்மையிருக்கிறது.

கடவுள் இல்லையென்போர் காட்டுமிராண்டிகள் என்றால் காட்டு மிராண்டிகள் காலத்திலே கடவுள் இல்லையென்பது உண்மையாகிறது. ஆகவே ஆண்டவன் அநாதி காலந்தொட்டு இருப்பவன் என்ற கூற்று பொய்யாக்கப் படுகிறது. அவர்கள் மொழியாலேயே! ஆதி மனிதன் கடவுளை வணங்கவில்லை. வளர்ந்த மனிதன் தான் கடவுளைப் படைத்தானே தவிர - கடவுள் மனிதனைப் படைக்கவில்லை யென்ற பேருண்மையும் வெளியாகிறது. "வளர்ந்த மனிதன் ஆகாய விமானத்தைக் கண்டு பிடித்தான் - காட்டுமிராண்டி ஆகாய விமானம் கண்டு பிடிக்கவில்லை. அவன் மூடன்!

வளர்ந்த மனிதன் புத்திமான்! மூடன் ஆகாய விமானத்தைக் கண்டுபிடிக்கவில்லை யென்பதற்காக ஆகாய விமானமே பொய் என்று கூறமுடியுமா? மூடன் கடவுளைக் கண்டுபிடிக்கவில்லை. அதனால் கடவுள் இல்லை யென சொல்லமுடியுமா?" என்ற கேள்வியை ஆத்திகர் எழுப்பக்கூடும்.

அதற்கு ஒரே பதில் –

ஆகாய விமானம் கண்டுபிடிக்கப்பட்டதல்ல! செய்யப்பட்டது! ஆகவே அது மனிதனுக்கு முன்பே இருக்க நியாயமில்லை. ராமாயண பாரத காலங்களிலே யிருந்ததாகச் சொல்லப்படும் வானவூர்திகள் கூட மனிதனுக்குப் பிறகு மனிதனால் செய்யப்பட்டவைதான். அது போலத்தான் கடவுளும் மனிதனால் செய்யப்பட்டார். சிருஷ்டிக்கப்பட்டார். பயத்திலிருந்து தன்னை மீட்டுக் கொள்ள மனிதன் போட்ட ஓலம் தான் கடவுள்! இப்போதும் கடவுளை நினைப்பவன் "கடவுள் துணை " என்று நினைப்பதிலிருந்தே - துணைக்காகப் பயன்படுத்தப்பட்ட - பயத்திலிருந்து விடுபட உபயோகிக்கப்பட்ட ஒரு ஆறுதல் சொல் தான் கடவுள் என்பது வெள்ளிடைமலை.

நாம் அந்த சொல்லுக்கு விரோதிகளல்ல! அந்தச் சொல்லை வைத்துக்கொண்டு சுரண்டிப் பிழைப்போர் - அந்தச் சொல்தான் மக்களை சொர்க்கத்துக்கு இட்டுச் செல்லும் எனக் கூறி சூது நடுத்துவோர் - அந்தச் சொல்லை உச்சரித்து

இவ்வுலகில் ஏற்படும் தொல்லைகளைத் தாங்கிக் கொண்டு தவளைபோல், எலிபோல் வாழ வேண்டுமென உபதேசிப்போர் வறுமையின் தென்துருவமும் - செல்வத்தின் வடதுருவமும் அந்தச் சொல்லின் மகத்துவம் - ஆகவே இரு துருவங்களும் ஒன்றாக முடியாது - அப்படி ஒன்றாக்க முயற்சிப்பது அந்த சொல்லுக்கு விரோதம் எனக் கதை கட்டும் காவியுடைப் பண்டாரத்தார் - ஆகியவர்கள் தான் நமக்கு விரோதிகள்.

அருமையான வைரம் அதைத் தற்கொலை செய்து கொள்ள ஒரு சமுதாயம் பயன்படுத்துகிறது என்றால் வைரமானாலும் பரவாயில்லையென்று உடைத்துக் கடலிலே எறியவேண்டியதுதானே! -

சுவையான சொல்லாயிருக்கலாம் கடவுள் என்பது! தற்கொலைக்கு உபயோகமாகும் வைரமாக மாறும்போது என்ன செய்யமுடியும்?

இந்தக் கேள்வியை எழுப்புவதுதான் நாத்திகவாதமாம் - நாமெல்லாம் நாட்டுக்கு கேடு தருபவர்களாம்!

நாடாளும் ஆச்சாரியார் சொல்லுகிறார், நம்மையெல்லாம் நசுக்கவேண்டுமென்று ! அவர் பக்தகோடிகளும் அதையே சொல்லுகிறார்கள். ஆனால் அவர்கள் பக்தி சிரத்தையோடு பின்பற்றும் பண்டித ஜவஹர்லால் நேரு என்ன சொல்லுகிறார் என்று பாருங்கள். சிறைச்சாலை யிலே ஒரு புத்தகம்

எழுதுகிறார் பண்டிதர். அதன் பெயர் உலக சரித்திரம். அதிலே ஒரு பகுதியைக் குறிப்பிடுகிறேன் - கவனியுங்கள்."

இந்தியாவில் அக்பர், ஆட்சி நடத்துகிறார். அவர் எம்மதத்தையும் விரோதித்துக் கொள்ளாமல் ராஜ்ய பரி பாலனம் புரிகிறார். அப்போது அவரை தமது மதத்தில் சேர்ப்பதற்காக ஏசு சங்கப் பாதிரிகள் வருகிறார்கள். அவர்களை அக்பர் சில கேள்விகள் கேட்டு மடக்கிவிடுகிறார். ஏசு சங்கப் பாதிரிகள் அக்பரைப் பற்றி ஒரு குறிப்பு தருகிறார்கள்.

"எல்லா நாஸ்திகருக்கும் பொதுவான குற்றம் அக்பரிடத்திலும் காணப்படுகிறது. நாஸ்திகர் தங்களுடைய பகுத்தறிவை மத நம்பிக்கைக்கு கீழ்ப்படுத்த மறுக்கிறார்கள். மனித அறிவின் எல்லைக்கு அப்பாற்பட்ட விஷயங்களையெல்லாம் குறைபாடுள்ள தங்கள் அறிவாராய்ச்சிக்கு உட்படுத்துகிறார்கள்."

இதுதான் பாதிரிமார்களின் குறிப்பு. அந்தப் பாதிரிகளின் கருத்து பற்றி பண்டிதரின் கருத்து என்ன தெரியுமா? "ஒரு நாத்திகனுக்குரிய லக்ஷணங்கள் மேற் கூறியவைகள் தான். என்றால் அக்தகைய நாத்திகரின் தொகை பெருகுவதால் நாட்டுக்கு நன்மையே ஒழிய வேறில்லை "

இதுதான் பண்டிதர் நேருவின் கருத்து ! சிறையிலிருக்கும் போதுள்ள கருத்து! சிம்மாசனம் ஏறிய பிறகு அல்ல! அவர்

அதை மறந்தார் மதுரை மீனாட்சி - ஆலயத்தின் தங்க மயிலைக் கண்டு மகிழ்ந்தார்.

ஷாஜஹான் காலத்திலே செய்யப்பட்ட மயிலாசனம் ஏழைகளின் வியர்வை என்று எழுதினார் தமது நூலில்! மதுரை போன்ற திருப்பதிகளிலே முடங்கிக் கிடக்கும் மயிலாசனங்கள் யாருடைய வியர்வை என சொல்லிடும் துணிவை இப்போது இழந்தார்! காரணம்-முன்பு கைதி! இப்போது பிரதமர்!

அவர் மறந்ததை அவருடைய சொல்லாலேயே நாம் நினைவூட்டுகிறோம். பகுத்தறிவை மத நம்பிக்கைக்கு கீழ்ப்படுத்த மறுக்கிற நாத்தீகம், தொகை பெருகுவதால் நாட்டுக்கு நன்மையே ஒழிய வேறில்லை.

இது, பண்டிதரின் பொன்மொழி! பகவத் சிரோண்மணிகளே! பஜகோவிந்தப் பித்தர்களே ! பகுத்தறிவு வாதிகளின் 'புன்மொழி' யல்ல! பண்டிதரின் பொன் மொழி!

மறு மலர்ச்சி

மூழ்கு! மூழ்கு! ஆழமாக மூழ்கு! மூச்சடக்கி மூழ்கு! இன்னும் மூழ்கு! முத்து கிடைக்கும்.

பேசு! பேசு! பலமுறை பேசு! நாப்பழக்கம் ஏற்படும்! நன்றாகப் பேசுவாய்! ஆனால் கிளிஞ்சல்களை வாரி இறைக்காதே!

ஒவ்வொரு பேச்சு மன்றத்திலும் இதைத் தவறாமல் சொல்லி வந்தேன். உரையாடலில் கலந்துகொண்ட தோழர்கள் ஒவ்வொருவரும் ஒளிபெறு வைரங்களாகவே மாறினர். ஒருநாள் 'மறுமலர்ச்சி' யென்னும் பொருளிலே நண்பர்கள் தங்கள் கருத்துகளை வெளியிட்டார்கள். பேசும் தோழர்களில் G. நாராயணசாமி என்றொருவர்! அவர் பேச எழுந்ததும் பேச்சு மன்றம் ஒரேயடியாக சிரிக்கும். ஆரம்பப் பேச்சாளர் தான்! ஆனால் ஆர்வம் கொழிக்கும் குள்ளமான அந்த உருவம் கையையும் உடம்பையும் ஆட்டிப் பேசும்போது கால்முளைத்த கத்தரிக்காய் போல இருக்கும்! பேசும் பொருளைவிட அபிநயத்திலே அதிக நகைச்சுவை பொதிந்து கிடக்கும்.

ஆகஸ்டு 19ந் தேதியென்று கருதுகிறேன்; அனறு தான் 'மறு மலர்ச்சி' பற்றி விவாதிக்கப்பட்டது. எங்கள் மன்றத்திலே ! ஜூலை 18 லிருந்து ஆகஸ்டு 19 வரை வேறு எதையும் பற்றி விவாதிக்கவில்லையா என்று கேட்கத் தோன்றும். ஒவ்வொருநாள் மன்றத்திலும் எத்தனையோ விஷயங்களைக் குறித்து விவாதித்தோம்.

உலக சூழ்நிலைபற்றியும் ஒவ்வொரு நாட்டின் சுதந்திரக் கிளர்ச்சிகள் பற்றியும் நமது சுழகக் கோட்பாடுகள் பற்றியும்

வேறு கட்சிகட்கும் நமக்குமுள்ள வேறுபாடுகள் பற்றியும் ஒவ்வொரு நாளும் கூடுகிற மன்றத்திலே விவாதிக்கப்பட்டது.

முன்னூறுக்கு மேற்பட்ட கேள்விகள் கொண்ட வினாத்தாள் ஒன்று தயாரிக்கப்பட்டு மூன்று நான்கு நாட்கள் தொடர்ந்தாற் போல் அந்தத் தேர்வு நடத்தப்பட்டது.

தேர்விலே யார் வெற்றி பெறுகிறார்கள் என்று பார்ப்பதற்காக அல்ல; தெளிவு பெற வேண்டும் என்பதற்காக! ஒன்று சொல்ல மறந்து விட்டேன் - இப்போது வாய்ப்பு ஏற்படும்போது சொல்லிவிடுகிறேன். எங்கள் நானூறு பேரோடு திராவிடர் கழகத்தைச் சேர்ந்த இருபது தோழர்களும் இருந்தார்கள். அவர்கள் எல்லாம் பள்ளி மறியலில் ஈடுபட்டு சிறையில் சில வாரங்கள் இருந்தார்கள். அவர்களும் பேச்சு மன்றங்களில் ஆர்வமுடன் கலந்துகொண்டார்கள்.

அந்த திராவிடர் கழகத் தோழர்களுடன் ராஜன் என்ற ஒரு பார்ப்பன நண்பரும் பள்ளி மறியல் செய்து சிறைக்கு வந்திருந்தார் என்பது குறிப்பிடத்தக்கது.

முன்னூறு கேள்விகளும் கேட்கப்பட்டு - அதற்குரிய பதில்கள் சொல்லப்பட்டதும் - அந்தப் பதில்களை விளக்கி உரையாற்றப்பட்டதும் - பெரிதும் பயனுடைய தாயிருந்தது எனத் தோழர்கள் சொல்லி மகிழ்ந்தார்கள். சில கேள்விகள் தோழர்களை திகைப்புறவும் செய்துவிட்டன. அதற்கு உதாரணம் தருகிறேன்.

ஜூலை 14ம் நாள் ஆச்சாரியார் வீட்டு மறியலுக்கு தலைவராக நியமிக்கப்பட்ட தோழர் சம்பத், ஏன் அந்த நாளில் கலந்துகொள்ளாமல் இருந்துவிட்டார்?

இந்தக் கேள்வியைக் கேட்டதும் மன்றம் ஸ்தம்பித்து விட்டது, ஒரு விநாடி! சம்பத் கலந்துகொள்ளவில்லையா? என்ற சந்தேகக் குறிகள் அவர்கள் முகங்களில் தோன்றிவிட்டன.

"அவர் 13ந் தேதியே கைது செய்யப்பட்டு விட்டார். அதனால் கலந்துகொள்ளவில்லை!" என்று ஒரு தோழர் கூறியதும் தான் மன்றத்தினரின் திகைப்பு மாறியது.

"வயதான காலத்தில் திருமணம் செய்துகொண்ட மந்திரி யார்? " என்று ஒரு வேடிக்கை கேள்வி கேட்டேன் ! மந்திரி என்று கேட்டதை மறந்துவிட்டு எல்லோரும் "பெரியார்" என்று கூறிவிட்டார்கள். பிறகுதான் "தேஷ்முக்" என்ற பதில் வந்தது!

சிறையின் கொடுமையைப் போக்கிக்கொள்ள வேடிக்கையும், கொஞ்சம் வேண்டியதுதானே!

எங்கேயோ போய்விட்டோமே 'மறுமலர்ச்சி'யை விட்டு விட்டு! நாம் மறுமலர்ச்சியை விட்டுவிட்டுப் போனது போலவே மறுமலர்ச்சியும் பல நாடுகளை விட்டுவிட்டுப் போவதும் பிறகு தோன்றுவதுமாயிருந்து வருகிறது.

குமுறல் - கொந்தளிப்பு அறிவுத் தேக்கம் - மத வெறி - அரசுகளின் அக்கிரம ஆட்டம்-அநாகரீகம் - இவைகளுக்குப் பின்பு பூத்துப் பொலிகிற புதுமைக்கு மறு மலர்ச்சியென்று செல்லப் பெயரிட்டழைக்கிறோம்.

வாழ்ந்த நிலை வீழ்ந்த நிலை மீண்டும் வாழ்ந்திடும் நிலை. இந்த மாற்றமுடியாத மாறுதல் சக்கரத்தைப்போல் சுழன்றுகொண்டேயிருந்திருக்கிறது உலகம் பிறந்த நாள் முதல்! மொத்த உலகத்தைப் பற்றிய ஆராய்ச்சிக்கு நாம் செல்லாமல் ஒவ்வொரு நாடும் அந்த நாட்டு சமுதாயமும் எப்படியெப்படி மறுமலர்ச்சி பெற்றன என்பதை சிறிது காண்போம். எல்லா நாடுகளையும் கூட நாம் ஆராயத் தேவையில்லை. பெரிய நாடுகள் சிலவற்றை நோக்குவோமாயின் அவை மோகன இயல்போடு வாழ்ந்த வரலாறும் - அந்த மலர்ச்சி கருகி மண்மேடிட்டுப் போன சோக சரித்திரமும் - அந்த சரித்திரம் தரும் பாடத்திலிருந்து நாம் பெறவேண்டிய நிலையான அறிவும் தென்படும்.

ரோமாபுரி எத்தகைய கலைப்பண்போடு வாழ்ந்த நாடு ! சீசரும், அண்டனியும் எழுப்பிய சிங்கக்குரல் எங்கே போய்த் தேய்ந்து மறைந்தது ! இத்தாலிய நாட்டுப் பிளாரன்ஸ் நகரம் - மறுமலர்ச்சியின் தாயகம் தாந்தே, பெட்ரார்க் போன்ற மகாகவிகளை உலவவிட்ட பூஞ்சோலை - லியனார்டோ போன்ற சிற்பக் கலைஞர்களை சிருஷ்டித்த பூமி - அந்தப் பெருமைமிகு இத்தாலிய மண், இப்போது உலகின் முன்னே முக்காடு போட்டுக் கொண்டு அமர்ந்திருப்பானேன்!

மலர்ச்சியுற்றிருந்து - பிறகு கருகிப்போய் - மீண்டும் மறுமலர்ச்சி ஏற்படாமலே பட்டுப் போன பூங்கொடிபோல காட்சியளிக்கும் சமுதாயங்கள் பலப்பல!

அந்த நிலையிலேயிருந்த சீன சமுதாயம் தான் இப்போது செழிப்புடன் பூத்து நிற்கிறது!

ஒரு காலத்திலே கலை, இலக்கியம், ஓவியம், ஆகியவைகளில் சீரும் சிறப்பும் பெற்றிருந்து பின்னர் சீரழிந்தது சீன நாடு. ஏன்? கலை, மக்களுக்காக, சமுதாயத்தின் நிலையைப் பிரதிபலிப்பதற்காக ஆக்கப்படாமல் மகுடமேந்திகளுக்கான கேளிக்கைப் பொருளாக ஆக்கப் பட்டது. சிற்ப இலக்கிய உணர்ச்சிகள் எல்லாம் சிற்றின்ப உணர்ச்சிகளுக்கு முன்னே நிற்க முடியாமல் அரண்மனை ஆடம்பர லாகிரிகளுக்கு முன்னே வாழமுடியாமல் தத்தளித்துத் தடுமாறிச் சாய்ந்தன. சமுதாயக் குதிரையின் கடிவாளத்தைப் பிடித்துக் கொண்டிருந்த அந்நாள் காவலர்கள் ஆடம்பர கேளிக்கைப் போதையிலே மயங்கியிருந்தார்கள். பிறகு எப்படி நீண்டதோர் பயணத்தை நடத்த முடியும், ரோம் நகரத்துப் பள்ளியறைகளைப் பந்தயத்தில் தோற்கடிக்கும் திறமையுடையனவாய் இருந்தன சீனநாட்டுச் சிற்றின்பக் கூடங்கள், ஒரு காலத்திலே! 'வீ' என்று ஒரு அரசி இருந் தாளாம் - செல்வாக்குபெற்ற அரசி. கட்டிலிலே இருந்த மன்னனை ஒரு வாம் கேட்டாளாம்.

அட்டியில்லை கண்ணே! என்ன வேண்டுமென்றானாம் அவன் ! "நம் ஆட்சியின் கீழுள்ள ஆணழகரையெல்லாம் அழைத்து - அவர்கள் எல்லோரினும் சிறந்தவனை என் அந்தப்புரத்துக்கு அனுப்பிவையும்" என்று கேட்டாளாம். வேந்தனும் தலையசைத்தானாம். இன்னொருவன் இருந்தான். சீனாவின் மன்னனாய்! ஷிங் என்று பெயர். கன்பூஷியஸ் காலத்திலே வாழ்ந்தான். அவன் தன் பஞ்சணையிலே வாசனைத்தூளைப் பரப்புவான். ஊரிலே உள்ள வேசிகளையெல்லாம் அழைத்து பஞ்சணை மீது நடக்கச் சொல்லுவான். அவர்களும் நடப்பார்கள். எவளுடைய காலடி, அந்த வாசனைத்தூளின் மீது லேசாகப் பதிந்திருக்கிறதோ அவளுக்கு முத்துமாலைகளைப் பரிசளிப்பான். கனமாகக் கால் படிந்தவர்களுக்கு பட்டினி போட்டு கனத்தைக் குறைப்பான். ஆகா என்ன கவலை நிறைந்த கலா உணர்ச்சி ! சீனப் பெண்களுக்கு பாதங்கள் மெல்லியதாய் இருக்கவேண்டுமென்ற வழக்கமும் அதையொட்டித்தான் வந்தது போலும். பாதங்களைக் கட்டிப் பண்படுத்தும் பழக்கமும் சீனாவில் பரவியது அதனால் தான் போலும், சீன சமுதாயத்தை அழிக்கும் கண்மூடி வழக்கங்களை மண்மூடச் செய்திட கன்பூஷியஸ் என்ற பெரியோன் முயன்றான். அவனுடைய முயற்சி நம் நாட்டுப் பட்டினத்தார் தாயுமானவர் - இராமலிங்கர் ஆகியோரின் முயற்சி போலத்தான் முடிந்தது!

கருகிப் போய்க் கிடந்த அந்த சமுதாயம் சன்யாட்சன் காலத்திலே அரும்பிவிடத் தொடங்கியது! ஆனால் பூரணத்துவும் பெறவில்லை. மீண்டும் அடித்த புயலிலே

அரும்பு உதிர்ந்துவிடாமல் காப்பாற்றி - இன்றையதினம் மறுமலர்ச்சியின் காவலனாக வீற்றிருக்கிறான் மாசேதுங்!

இரு நாடுகள் இரு பாடங்கள்!

ரோம் - வாழ்ந்து கெட்டது! மலரவில்லை இன்னும்!

சீனம் சிதைந்தது - இப்போது செழித்தது! மறு மலர்ச்சி அது !

நாம்? திராவிட நாட்டாராகிய நாம்?

வாழ்ந்தோம் - வீழ்ந்தோம் - மீண்டும் தலையெடுத் திருக்கிறோம்! மூன்றுநிலை மாறி மாறி வரும் நிலை! மூன்றாவது நிலை இனிமேல் வீழ்ந்துபடாமல் நம்மால் காப்பாற்றப் படவேண்டிய நிலை!

மூன்று நிலைகளையும் ஓரிரு உதாரணங்களால் விளக்குகிறேன். உலகத்திலே பல்வேறு நாடுகளும் தங்களுடைய சிறப்பை செங்கோலோச்சுவோரின் மூலமாகவே அந்நாட்களில் நிலைநாட்டின என்றாலுங் கூட- அந்த செங்கோலுக்கு பின்னால் மறைந்து நின்ற கலைத் திறமை - இலக்கிய வளம் - விஞ்ஞான அறிவு - ஆகியவைகளை நாம் மறந்துவிடக்கூடாது.

இங்கிலாந்து - அரசர்களாலும் பெருமை பெற்றிருக்கலாம். ஆனால் ஷேக்ஸ்பியர் ஏற்றிவைத்த புகழ்தீபம் என்றும்

அணையாத சுடர் கொண்டது. பிரான்ஸ் என்றால் நெப்போலியனின் நினைவு வருவது போலவே - நாடக ஆசிரியர் மோலியேரின் நினைவும் வரத்தான் செய்கிறது. ஹாலந்து குடியரசான கதையைக் காணும் போது ஆரஞ்சு வில்லியம் எதிரே நிற்கிறான். ஹாலந்தின் ஓவிய நிபுணன் ராம் ராண்ட்டும் நிழல்போல ஹாலந்தின் புகழைத் தொடருகிறான்.

இப்படி ஒவ்வொரு நாட்டிலும் இலக்கியமும் கலையும் ஓவியமும் - சிற்பமும் ஆட்சியோடு போட்டி போட்டு அந்நாட்டுக்குப் பசுமை குலையாத புகழையும் பெற்றுத் தந்திருக்கின்றன. ஆட்சியோடு சேர்ந்து அந்நாடுகளைப் பாலைவனத் தரையாகவும் ஆக்கியிருக்கின்றன. அதே நிலைமையை நாம் நமது திராவிடத்திலும் காணமுடிகிறது.

பாயும் அருவி - பறக்கும் கிள்ளை அழகு துள்ளும் - மான் - ஆவேசம் அள்ளும் வேங்கை - இவைகளை ஓவியத் திலே சித்தரித்தார்கள்.

அந்நாளில் வீர பரம்பரை நாட்டை ஆண்டுவந்தது!

பிறகு - பாயும் அருவியிலே ஒரு தாமரை ! தாமரை இதழிலே லட்சுமி! பறக்கும் கிள்ளையிலே மன்மதன்! அழகு துள்ளும் மான் அந்த மாய மானைத் துரத்தும் ராமன் - அவனுக்கோர் புராணம்!

இந்நாளிலே பக்திமான்கள் நாட்டைப் பரிபாலித்தார்கள் ! இது இரண்டாவது நிலை - வாழ்ந்து கெட்ட நிலை!

புறநானூறு கையிலே இருந்தது ஒரு நாள் புராண இதிகாசங்கள் இலக்கியமாயின மறுநாள் - எழுத்தெல்லாம் புதுமையெனும் இனிமை, மொட்டவிழ்கிறது இந்நாள்!

ஆயிரம் நீலக்கண்களால் அழகை வாரிக்கொட்டி, மேகத்தைக் கண்டு மோகத்தால் ஆடும் மயிலைத் தீட்டி மகிழ்ந்த சித்திரக்காரன் - எழிலேற்றிக் காட்டிய ஓவியன் - அந்த மயில் மீது முருகனையும் ஏற்றிக் காட்டினான்.

அந்தத் தோகை மயில் மீதிருந்து வேலனை இறக்கி விட்டு 'ஆடு மயிலே ஆடு' என்று தூரிகை மூலம் உரிமை வழங்கத் துவங்கிவிட்டது இந்நாள் ஓவிய உலகம்.

இதுதான் மறுமலர்ச்சி மணம் மொண்டு வரும் தென்றலின் நுழைவு வாயில்.

"திங்களைப் போற்றுதும் - திங்களைப் போற்றுதும். ஞாயிறு போற்றுதும் - ஞாயிறு போற்றுதும்" என்று துவங்கிய தமிழ் ஒலி, 'பிறைசூடிப் பித்தனைப் போற்றுதும்' என்று களங்கமடைந்தது. இப்போது களங்கமடைந்த சமுதாயம் கண் விழிக்கிறது - அதன் அடித்தளத்திலே நின்று கொண்டு திங்கள் வாழ்க! செங்கதிர் வாழ்க!' என்று குரலெழுப்புகிறான் கவிஞன்!

திராவிடம், தொண்டை கட்டிப்போன இசைவாணன் நிலையிலேயிருக்கிறது.

அதற்கு மருந்து எடுத்துக்கொண்டு ஓடோடியும் வருகிறது மறுமலர்ச்சி இயக்கம். அதன் முன்னணியிலே அண்ணா!

இசைவாணனின் கெட்டுப்போன குரல் சீர்படும் இன்ப மழை பொழியும்!

அதோ மறுமலர்ச்சி உதயமாகிறது. அந்த உதய தாரகையிலே நாம் கனவு காணும் உன்னத சமுதாயம் ஒளிவிடத்தான் போகிறது.

ஜனநாயகம்

சிறை வாழ்வைப்பற்றி எழுதும்போது எங்கள் ராஜ்யத்துப் பேச்சு மன்றத்தைப் பற்றி குறிப்பிடாமலிருக்க முடியவில்லை. அதைக் குறிப்பிடும் போது - அங்கு விவாதிக்கப்பட்ட விஷயங்களை விளக்க வேண்டியிருக்கிறது. அந்த விளக்கம் என்னையறியாமலே ஒரு கட்டுரையாக மாறிவிடுகிறது. அதுவும் பயன்படலாம் என்ற நம்பிக்கையோடுதான் உங்களிடையே வைக்கிறேன்.

எங்கள் ராஜ்யம் குறைவின்றி நடந்து கொண்டிருக்கும்போது சென்னையிலே அடைபட்ட அறப்போர்த் தலைவர்களும்

தொண்டர்களும் வரிசை வரிசையாக விடுதலை பெற்றுக் கொண்டேயிருந்தார்கள். அண்ணாவும் துணைச் செயலாளர்கள் நெடுஞ்செழியன், மதியழகன், இருவரும் - சிறையிலேயிருந்த காரணத்தால் கழகத்தின் காரியங்களை கவனிக்கும் பொறுப்பாளர் பதவியை தோழர் கோவிந்தசாமி எம்.எல். ஏ., அவர்கள் ஏற்றுக்கொண்டார். இது நமது கழக வரலாற்றில் ஒரு முக்கியமான கட்டம் என்று கூறலாம். தோழர் கோவிந்தசாமி பொதுத்தேர்தலில் காங்கிரசை எதிர்த்து நின்று திராவிட முன்னேற்றக் கழகத்தின் ஒப்பந்த ஏட்டிலே கையெழுத்திட்டு அதன் ஆதரவு பெற்று வெற்றிமாலை சூடியவர். ஜெய போதையிலே மக்களை மறந்துவிட்டு, பதவி வெறியிலே அற்பர்களாக மாறிவிடும் ஒரு சில அரசியல் மோசடிக்காரர்கள் உலவும் தமிழகத்திலே அவர்களுக்குத் தன் பொன்னான செயல்மூலம் சாட்டையடி கொடுப்பவர் கோவிந்தசாமி. கழகத்தின் முக்கியமானவர்கள் எல்லாம் சிறைக் கூண்டுகளிலே ! வெளியிலேயிருந்த ஒரு சிலத் தலைவர்களும் நாடெங்கும் மின்னல் வேகத்திலே சுற்றுப்பயணம் செய்து கொண்டிருந்தார்கள்.

இந்த நெருக்கடியான சந்தர்ப்பத்தில் தலைமைக் கழகப் பொறுப்புகளை தாங்கி நடத்திட கோவிந்தசாமி போன்ற தகுதி மிக்கவர்தான் தேவை. பொறுப்பேற்ற கோவிந்தசாமி, கழகத்திலே பல ஆண்டு காலம் இருந்து பழக்கப்பட்ட ஒருவரைப் போலவே கழக நண்பர்களோடு பழகிடவும் - கழக வேலைகளை மும்முரமாகக் கவனித்திடவும் துவங்கினார். கழகத்திற்கு அவர் ஓர் தூணாக மாறிய

துமில்லாமல், தி. மு. க. வின் தேர்தல் கொள்கையை நையாண்டி செய்து வந்த கம்யூனிஸ்டு, திராவிடர் கழகம் போன்ற கட்சிகளுக்கு அசைக்க முடியாத பதிலாகவும் தன்னை ஆக்கிக் கொண்டார்.

கழகம் மக்கள் மனதிலே விசாலமான இடத்தையும் சரித்திரத்திலே நிலையான இடத்தையும் பெற்றுக் கொண்டு திராவிடத்தின் வீதிதோறும் புது நடைபோட்டு வளர்கிறது என்ற இன்பத்தேனாறு செய்திகளாக உருவெடுத்திடுவது கேட்டு புளகாங்கித முற்றிருந்தது எமது சிறை ராஜ்யம். நான் முன்பே கூறியிருக்கிறேன்; எங்கள் ராஜ்யம் இரண்டுமாத காலம் தான் பரந்து கிடந்தது என்றும் அதன்பிறகு சிறுகச் சிறுக தேய்ந்து விட்டது. என்றும்! அந்தத் தேயும் நிலை ஆரம்பமாகி விட்டது. ஆகஸ்ட் 24ம் நாள் முதன் முறையாக எங்கள் ராஜயம் குறையத் தொடங்கியது. காட்டுப்புத்தூர் வீரர்கள் தோழர் ராசமாணிக்கம் உட்பட இருபதுக்கு மேற்பட்டோர் எம்மைப் பிரிந்து சென்றார்கள். அடுத்த இரண்டு நாட்களில் பொறையாறு அபூபக்கர் முதலிய பல தோழர்கள் ராஜ்யத்தை விட்டு வெளியேறினார்கள். எஞ்சியுள்ள தோழர்களுக்கு விடுதலை உணர்ச்சியைக் கிளப்பிவிடக் கூடிய அந்தப் பிரிவுகளால் ராஜ்யம் சோபையிழந்து விடக்கூடாதே யென்பதற்காக பேச்சு மன்றம், முன்னிலும் வேகமாக பணியாற்றியது. அந்த ஒன்றரை மாத காலத்திற்குள்ளாகவே சில நல்ல பேச்சாளர்கள் தயாரானார்கள். பல திறப்பட்ட பொருள்களின் மீது விவாதம் நடத்தி பேச்சாற்றலை வளர்க்க முயற்சிக்கப்பட்டது.

ஒரு நாள் 'ஜனநாயகம்' என்பது பற்றி மிகவும் அருமையாக நண்பர்கள் பேசினார்கள். பேசுவது மட்டுமன்றி ஜனநாயகத்தின் உண்மை உருவத்தையும் ஜனநாயகம் என்ற பெயரால் நாட்டிலே திரியும் போலித் தலைவர்களின் தன்மையையும் ஆராய வேண்டியது - இன்றைய சூழ்நிலையிலே மிக மிக அவசியமான காரியம்.

எந்தச் சொல்லிலும், அதனதன் பெயரிலே மயங்கி விடாமல் அது புரியும் செயலை உன்னிப்பாகக் கவனிக்க வேண்டும். உதாரணமாக- கும்பாபிஷேகம் கொள்ளையடித்தல் - என்ற இரு வார்த்தைகளை எடுத்துக் கொள்வோம்.

பழையகால மன்னர்கள் கட்டும் கோயில்களில் மூல விக்கிரகம் அமைக்கும்போது அதன் அடியில் விலை உயர்ந்த நவரத்தினங்களை அளவின்றிக் கொட்டி - அதன் மீது விக்கிரகத்தை அமைப்பார்கள், இந்த ரகசியத்தை சில பெரிய மனிதர்கள் உணர்ந்திருப்பார்கள். அந்தப் பழைய காலத்து ஆலயத்தைப் புதுப்பித்து, 'ஜீரணோத் தாரண மகா கும்பாபிஷேகம் ' நடத்தப் போகிறேன் என்று பெரிய வள்ளலைப் போல கிளம்புவார்கள். அவர்களுடைய குறியெல்லாம் மூல விக்கிரகத்தின் அடியிலே அந்தநாள் மன்னர் கொட்டியிருக்கும் நவரத்தினங்களின் மீதுதான். கோயில் பழுதுபார்க்கும் வேலை நடைபெறும். அந்தப் பார்வையினுள்ளே மூல விக்கிாகத்தின் அடிப்பாகம் தோண்டப்பட்டு நவரத்தினங்கள், வள்ளல்களின் வீடு போய்ச்

சேர்ந்துவிடும். கிடைத்த லாபத்தில கால் பங்கு செலவிலே - கும்பாபிஷேகம் வெகு சிறப்பாக நடைபெறும். "கொடைவள்ளலே! குணக்குன்றே!" எனப் பக்தர்கள் பாராட்டுவார்கள். கும்பாபிஷேகம் என்ற குளிர்ச்சியான சொல்லிலே திரைமறைவுக் கொள்ளை சுமுகமாக நடைபெற்று விடுகிறது. ஒரு சில கொள்ளைக்காரர்கள் இருந்திருக்கிறார்கள். அவர்களுக்கு கொள்ளையடிப்பதே தொழில். கொள்ளைக்காரர் என்ற பகிரங்கப் பட்டமும் பெற்றவர்கள். அவர்கள் கொள்ளையடித்த பொருள்களை எல்லாம் ஏழைகளுக்கே பங்கிட்டுக் கொடுத்து அதில் ஓர் தனி இன்பம் கண்டிருக்கிறார்கள்.

இரண்டு வார்த்தைகள் கும்பாபிஷேகம் கொள்ளையடித்தல்! கும்பாபிஷேகத்தின் பெயரால் கொள்ளை - கொள்ளையின் பெயரால், கும்பாபிஷேகத்தை விட சிறப்பான செயல்!

இப்போது - ஜனநாயகம் என்ற சொல்லைப்பற்றி யோசிப்போம்! ஜனநாயகம் சர்வாதிகாரம் - கும்பா பிஷேகம் கொள்ளையடித்தல் இந்த வார்த்தைகளையும் பொருத்திப் பார்ப்போம்.

ஜனநாயகத்தின் பெயரால் சர்வாதிகாரம் தலைவிரித்தாடும் நாடுகள் எத்தனையோ உண்டு! வெகுதூரம் போவானேன்; இந்தியாவிலே எத்தனை ஆதாரம் வேண்டும் அதற்கு! சட்டசபையிலே நிறைவேற்றப்பட்ட தீர்மானத்துக்கு மதிப்பு

கொடுப்பது தன்னிஷ்டத்தைப் பொறுத்தது என சென்னை மந்திரியார் ஆச்சாரியார் கூற வில்லையா?

மக்களால் தோற்கடிக்கப்பட்டவர்களும், மக்கள் முன்பு தேர்தலின்போது நிற்காதவர்களும் கொல்லைப்புற வழியாக மந்திரி நாற்காலிகளைப் பிடித்துக் கொள்ள வில்லையா? திருவாங்கூர் கொச்சியிலே ஜனநாயகச் சிசு, துடிக்கத் துடிக்க கொல்லப்படவில்லையா?

ஜனநாயகம் - இன்பமான சொல்! அதிலே நஞ்சு கலப்போரும், அந்தச் சொல்லை வைத்துக்கொண்டு போலி நாடகமாடுவோரும் உலகிலே பல நாடுகளில் காணப்படுகிறார்கள்.

இங்கிலாந்தில் சார்லசின் தலையை வெட்டி எறிந்து கிராம்வெல் நடத்திய பார்லிமெண்டு ஆட்சி சிறிதுகாலம் நடைபெற்று - மீண்டும் அரசுரிமைக்கு இடம் ஏற்பட்டு - அரசனின் அதிகாரத்தைக் கட்டுப்படுத்தி பார்லிமெண்டு நாட்டையாளத் தொடங்குகிறது. ஆனால் அந்தப் பார்லிமெண்டு மக்களின் பிரதிநிதித்துவம் பெற்றதாகவா இருந்தது. கேட்கும் போது சுவையாகத்தானிருக்கிறது - அரசனின் அதிகாரத்தை பார்லிமெண்டு கட்டுப்படுத்தி விட்டது என்ற செய்தியை ! ஆனால் அதனுள் மறைந்து கிடக்கும் உண்மை மகா பயங்கரமானதாயிருக்கிறதே! 1793 ம் ஆண்டு இங்கிலாந்திலேயிருந்த காமன்ஸ் சபையில் 306 உறுப்பினர்கள் இருந்தார்களாம். அவ்வளவு பேரும் மொத்தம்

160 வாக்காளர்களால் தேர்ந்தெடுக்கப்பட்டார்களாம். 306 பேர் 160 பேரால் தேர்ந்தெடுக்கப்படுவது எவ்வளவு ஆச்சரியம் என்கிறீர்களா ? அதாவது 17ம் நூற்றாண்டில் நடந்த ஆச்சரியம் இதோ 20ம் நூற்றாண்டில் யாராலுமே தேர்ந்தெடுக்கப்படாதவர்கள் மந்திரிகளாக வருகிறார்களே - ஜனநாயக ஆட்சியின் பெயரால் இந்தியாவில்! இது எத்துணை மகத்தான ஆச்சரியம்! கும்பாபிஷேகம் செய்து கொள்ளையடிப்பதை விட பெரிய ஆச்சரியமல்லவா இது!

கும்பாபிஷேகத்தையும் ஜனநாயகத்தையும் ஒன்றாக ஒப்பிட்டுவிட்டேனே யென்று கருதுகிறீர்களா? கும்பாபிஷேகம் நல்ல எண்ணத்தோடு செய்யப்படுவதும் - பக்தர்களால் பாராட்டப்படுவதும் கூட உண்டு! நாம் ஆராயப் புகுந்தது கும்பாபிஷேகத்தின் தன்மையை அல்ல! அதை நடத்துவோரின் குறிக்கோளைத்தான். பக்தர்களுக்கு இனிப்பான வார்த்தை நாசகாரரர்களின் நாடகத்திற்கு பயன்படுகிறது. மக்களுக்கு இனிப்பான 'ஜனநாயகம்' என்ற வார்த்தை மதோன்மத்தர்களால் பாழ் படுத்தவும் படுகிறது. அழகான மலர்மாலையைப் பிய்த்தெறியும் மந்தியும் உண்டு. காதலியின் கழுத்திலே அணிந்து களிப்படையும் காதலனும் உண்டு. மாலையின் நிலையிலே ஜனநாயகமும், மந்தியின் நிலையிலே ஆட்சியாளரும் இருந்துவிட்டால் அந்த ஜனநாயகம் யாருக்குப் பயன்படமுடியும்!

ஜனநாயகத்தின் பெயரால் கொடுமைகள் நடந்து விடுகின்றன. உதாரணம் சுலபமான உதாரணம் உள்ளங்கை நெல்லிக்கனி போன்ற உதாரணம் இந்தியா!

சர்வாதிகாரத்தின் பெயரால் நன்மைகள் மலர்வதும் உண்டு! கொள்ளைக்காரன் ஏழைகளுக்கே உதவுகிறான் என்று பார்த்தோமே அதுபோல!

உதாரணம் தற்காலிகமாக எகிப்தையே எடுத்துக் கொள்ளுவோம்! ஸ்டாலினின் ரஷ்யாவையும் காண்போம்!

தோட்டத்து மலர்கள் அத்தனையும் ஒருவனே பறிப்பது - பறிக்க உரிமை கொண்டாடுவது பறித்த - மலர்களை இப்படித்தான் கசக்கி எறிவேன் என்பது - சர்வாதிகாரம் என்றால், பறித்த மலர்களை பாங்கான மாலையாக்கி, மக்கள் மன்றம் என்ற எழிலோவியத்திற்கு அணிவிப்பது சர்வாதிகாரத்துடன் ஒட்டியிருக்கும், நல் லெண்ணம் நிறைந்த ஜனநாயக உணர்ச்சி என்றுதான் கூறவேண்டும்.

இந்த சர்வாதிகாரம் என்ற வார்த்தையை கொள்ளையடித்தல் என்ற வார்த்தையோடு கூட ஒப்பிடுவது தவறு தான் ! விளக்கம் தெளிவாக இருக்கவேண்டு மென்பதற்காக அந்த உதாரணத்தைக் கையாள நேரிட்டது.

மக்கள் தான் ஜனநாயகத்தை தோற்றுவிக்கிறார்கள். சில சமயங்களில் அவர்களும் அதை அழித்துவிடுகிறார்கள்.

"நாங்கள் வெட்டிய கிணறுதானே ! ஆளுக்கொரு கல் போட்டு தூர்த்து விடுகிறோம் " என்று கூறுகிற அறியாமையை ஒத்ததாகும் இது. "நாம் வெட்டிய கிணறு தான் ஆளுக்கு ஒரு குடம் தண்ணீர் எடுக்கத்தான் உரிமையிருக்கிறது - கல்போட எண்ணுவது தவறு அதற்கு உரிமையளிக்கவும் கூடாது" என்ற அறிவுரை யுடன் கற்களைத் தடுப்பதற்காக கிணற்றின் மீது இரும்பு வலை போடுவதும் உண்டு. அந்தத் தற்காப்பு வலை சில நேரங்களில் சர்வாதிகாரம் போன்று தோன்றினாலும் அது ஜனநாயகக் கிணற்றைக் காப்பாற்ற பெரிதும் பயன்படுகிறது. ஜனநாயகத்தைக் காப்பாற்றும் இந்த முறையைத்தான் வருங்காலத்தில் ஜனநாயக ரீதியில் நாடாளப் போகிற திராவிட முன்னேற்றக் கழகம் அதன் பொதுச் செயலாளர் மூலம் கடைப்பிடித்து நிற்கிறது. இந்தியாவின் ஆட்சியாளரும் ஜனநாயகக் கிணற்றைப் பாதுகாக்கிறார்கள். கிணற்றின் உள்ளே கல் விழாமல் இரும்பு வலை போட்டல்ல! பெரிய இரும்புத்தகடே போட்டு மூடியிருக்கிறார்கள்; கிணற்று நீரை யாரும் கொண்டு விடாமலும் - கிணற்றுக்குள்ளே சூரிய ஒளியும் - காற்றும் சென்றுவிடாமலும் பார்த்துக் கொள்வதற்காக!

பாவம் - ஜனநாயகம் மூச்சுவிடமுடியாமல் அரியலூர் சப் ஜெயில் கூண்டுக்குள்ளே அகப்பட்ட கைதிபோலத் தத்தளிக்கிறது இந்த அகிம்சா ஆட்சியாளரின் கையில் சிக்கிக்கொண்டு!

கல் விழாமல் தடுக்கின்ற இரும்பு வலை போன்ற சர்வாதிகாரமும் தோண்டியவர்களுக்குத் தண்ணீர் வழங்குகின்ற கிணறு போன்ற ஜனநாயகமும் ஒன்றோடொன்று இணைவதில் தவறில்லையென்பதுதான் நாம் தேர்ந்தெடுக்கும் முடிவாயிருக்கிறது. ஜனநாயகத்தைப் பாதுகாக்கிற சர்வாதிகாரம் பூந்தோட்டத்திற்கு வேலி போல!

ஆனால் "வேலியே பயிரை மேய்வது" என்ற பழமொழி பலித்துவிடாமல் கண்ணுங் கருத்துமாகப் பார்த்துக் கொள்ளவேண்டும்.

மொழிப்பற்றா - பித்தா?

பேச்சுமன்றம் புதிய புதிய கருத்துக்கள் பற்றி விவாதிக்கவும் விளக்கம் பெறவும் விரிவுரை நிகழ்த்தவும் தன்னைத் தயாராக்கிக் கொண்டது. 'குறளோவியம்' பற்றி இரண்டு மூன்று நாட்கள் தோழர்கள் உரையாற்றிய பின் நான் முடிவுரை கூறினேன். குறளின் காமத்துப் பாலின் சுவையை தோழர்களிடம் கூறும்போது - சிறையி லிருக்கிறோம் என்ற எண்ணத்தையும் சில நிமிடங்கள் மறந்து குறளாசிரியரின் வர்ணனையிலே ஆழ்ந்தார்கள். ஒரு தோழர் பேசும் போது குறிப்பிட்டார்; குறளுக்கு சிறப்பு சொல்ல வந்த யாரோ ஒருவர் - வாமனாவதாரன் உலகை இரண்டடியால் அளந்தான் - வள்ளுவனும் இரண்டடியால் அளந்தான் - என்பதாகப் பாராட்டியிருக்கிறார் என்று! அது பற்றி நான் குறிப்பிட்டேன். வாமனன் இரண்டடியால் உலகை அளந்துவிட்டு, மூன்றாவது

அடியை மாபலி என்ற மனிதன் தலையிலே வைத்து அழுத்தினான் ! ஆனால் வள்ளுவன் மனிதன் தலையிலே ஏறிக்கொள்ளவில்லை. மனிதனுக்காக நீதி வகுத்தான் என்று விளக்கிச் சொன்னேன்.

'நாற்காலி' என்னும் பொருள்பற்றி ஒருநாள் உரையாற்றினோம். இப்படி எத்தனையோ சொற்பொழிவுகள்! சிறைக்குச் சென்றாலும் அது விடுகிறதா என்ன!

ஒரு நாள் பேச்சு மன்றம் வேண்டாம் என்று ஓய்வு எடுத்துக் கொண்டாலும் தோழர் வைத்திலிங்கம் விட மாட்டார். அவர் ஓர் இளம் பேச்சாளர். சிறைக்கு வருவதற்கு முன் பே மேடைகளில் பேசி பழக்கப்பட்டவர். 'மேடைப் பேச்சுக்கு மெருகேற்றிக் கொள்ளுகிறேன் 'என்று கூறிக்கொண்டே அவர் தினந்தோறும் மன்றத்தைக் கூட்டும் முயற்சியில் தோழர் வேணுவுடன் சேர்ந்து கொள்வார். எல்லோரின் ஆர்வத்திலும் மன்றம், பயன் விளைவிக்கும் மணிமண்டபமாயிற்று. 'கருப்பும் - சிவப்பும்' என்ற தலைப்பிலே - நீக்ரோவர்- செவ்விந்தியர் நிலைமையிலிருந்து திராவிடர் நிலைமை வரையிலே விளக்கப் பட்டது.

நாமெல்லாம் மொழிப்பித்து கொண்டு அலைகிறோம் என்று அரசியல் எதிரிகள் குற்றம் சாற்றுகிறார்களே ; அது எவ்வளவுதூரம் உண்மையென்று ஒரு நாள் விவாதித்தோம். மொழிப்பற்றா? - பித்தா? என்ற தலைப்பின் கீழே ! இது பற்றி கொஞ்சம் சொல்லி விட்டு பிறகு எங்கள் அன்றாட

நிகழ்ச்சிகளிலே ஏற்பட்ட வேறு சில புதுமைகளைத் தெரிவிக்க விரும்புகிறேன்.

மொழியிலே பற்றா? அல்லது பித்தா? என்று ஆராய்வதற்கு முன்பு - பற்று என்பதற்கும் பித்து என்பதற்கும் உள்ள வேறுபாட்டை உணரவேண்டும். பற்றின் உச்ச நிலைதான் பித்து, அந்தப் பித்து, தானே உண்டாவதில்லை. பற்று வைக்கப்பட்ட பொருளுக்கு ஆபத்து வரும்போது அப்பொருளின் மீது பித்து ஏற்படுகிறது. குழந்தையின் மீது தாய்க்கு அளவற்ற பற்று, குழந்தை திடீரென நோய்வாய்ப் படுகிறது. இறந்துவிடுமென மருத்துவர்கள் கூறுகிறார்கள். தாய்க்குப் பைத்தியம் பிடித்துவிடுகிறது. அதை யாராவது தடுக்க முடியுமா? பற்று பித்தாக மாறுகிறது.

சிறைச்சாலைக்குள்ளே தூக்குமேடைக்கு அழைத்து செல்லப்படும் கைதியின் நிலைமையைப் பார்ப்போம், உயிர் மீது பற்றில்லாமலா இருப்பான் அவன். மரணத்தை நோக்கி அவன் அடியெடுத்து வைக்கும் போது - வைகறையின் இளங் காற்று அவனுக்கு இன்ப மூட்டு மென்றா நினைக்க முடியும், பித்துகொண்டு அந்தக் கைதிகள் குதிப்பார்களாம் பாடுவார்களாம் அலறுவார்களாம். இங்கே பித்து, வியாதியின் அடிப்படையிலே ஏற்படு வதல்ல. பற்றின் அடிபீடத்திலிருந்து கிளம்புகிறது.

மழலையின் மரணப் படுக்கை காணும் மாதா உயிர் தரப்போகும் கைதி பற்று கொண்ட பொருள்கள்

பறிக்கப்படுகிறதே யென்கிறபோது பித்துக் கொண்டவர்களாகி விடுகிறார்கள். தாய்க்கு குழந்தையை விட கைதிக்கு உயிரைவிட ஒரு சமுதாயத்துக்கு மொழி - மிகவும் உயர்ந்தது. அந்த மொழிமீது பற்று வைக்காதவர் யாரே உளர்! அந்தப் பற்று அறுக்கப்படும்போது பற்று கொண்டோர் பித்தர்களாக மாறுவதிலே என்ன தவறு ! அந்தப் பித்து ஏற்பட அடிப்படை எது ? பற்றை அறுக்க முனைவதுதானே ! அந்த வேளையைச் செய்வது யார்?

மொழியிலே நாம் பற்று வைக்கிறோம். அதை யறுத்து நம்மைப் பித்தர்களாக்குகிறார்கள். ஆகவே பித்து பிடிப்பதும் தவறல்ல அத்தகைய பித்து தவறுமல்ல! இந்த முடிவுக்கு பேச்சு கழன்றத்தினர் வந்தோம். மொழிக்காக உயிர் கொடுத்த தாளமுத்து நடராஜன் இருவரின் கல்லறையிருக்கும் திசையைப் பார்த்து வீர வணக்கம் செலுத்தினோம்.

லத்தீன் மொழியின் ஆதிக்கம் ஐரோப்பாவெங்கும் - வேறு நாட்டுத் தாய்மொழிகள் எல்லாம் பரவி தலையெடுக்காமல் அழுந்தியிருந்த காலத்தில் தாய் மொழிப் பித்துக்கொண்டு - "இனி லத்தீனில் எழுதுவதில்லை, எமது பிரஞ்சு மொழியிலே தான் எழுதுவோம்" என்று சபதம் எடுத்துக்கொண்டுக் கிளம்பிய பிரஞ்சு நாட்டு இளம் எழுத்தாளர்களை 16 ம் நூற்றாண்டின் மொழிக் காவலர்களை பெருமையோடு கொண்டோம். அந்த சரித்திரத்தையும் படித்துவிட்டு- இப்போது தாய்மொழியை மறந்து - ஆதிக்கக்காரர் களின் மொழியாம் இந்திக்கு ஆலவட்டம் சுழற்றும்

ஆஷாடபூதிகளின் வரலாற்றையும் பார்க்கின்றபோது எவ்வளவு வேதனையாயிருக்கிறது என்று கண்ணீரும் விட்டோம்.

எம்மையறியாமலேயே - மொழிப்பித்து ஏற்பட்டு விட்டது.

"தமிழென்று தோள்தட்டி ஆடு! அந்தத் தமிழ் வெல்க என்றே தினம் பாடு!" என்று பேரொலி யெழுப்பினோம்.

" கிளம்பிற்றுக் காண் தமிழ்ச் சிங்கக் கூட்டம் கிழித்தெறியத் தேடுது காண் பகைக் கூட்டத்தை" என்று சூளுரைத்தோம். அன்றைய மன்றம் முடிந்தது.

அதிசயம்!

சிறைச் சாலையில் ஒரு நாள் பேச்சு மன்றம் நடைபெற்றுக் கொண்டிருக்கிறது. மன்றத்து மத்தியிலே நான் அமர்ந்திருக்கிறேன். வெள்ளுடை அணிந்த ஒரு நர்ஸ் அங்கு வந்தாள். தான் கல்லக்குடிக்குப் பக்கமுள்ள ஆஸ்பத்திரியில் வேலை பார்த்ததாகவும் போராட்டத்தில் காயம்பட்டவர்களுக்கெல்லாம் தானே சிகிச்சை செய்ததாகவும் கூறினாள். அவள் பேச்சிலிருந்து நமது இயக்க அனுதாபமுடையவள் என்று புரிந்தது. நல்ல சிவப்பு. குறு குறுப்பான பார்வை. கவரும் சக்தி படைத்தவள். 'கருணாநிதி எங்கே' என்று என்னையே கேட்டாள். 'நான் தான்' என்றேன். "ஓகோ அரும்பு மீசை வைத்ததும் அடையாளமே

புரியவில்லை" என்றாள். போய்விடு வாளாக்கும் என்று எதிர்பார்த்தேன். நின்றுகொண்டேயிருந்தாள். போகவில்லை.

சற்று நேரத்திற்கெல்லாம் ஒரு கிழவரும் வந்தார். அவர் அவர்களுடைய தந்தையாம். "அப்பா! இவர்தான் கருணாநிதி" என்று அவருக்கு என்னை அறிமுகப்படுத்தினாள். ஏன் இருவரும் அங்கு வந்தார்கள் தெரியுமா? அந்த 'நர்ஸ் ' என்னைக் கல்யாணம் செய்து கொள்ள வேண்டுமாம்.

திடீரென்று என்னைப் பார்த்துச் சொன்னாள்; "நான் உங்களைக் காதலிக்கிறேன் " என்று ! நான் திடுக்கிட்டுப் போனேன். பேச்சு மன்றம் கொல்லென்று சிரித்து விட்டது. நர்சுக்கு அப்போதுதான் நாணம் பிறந்தது. தந்தையை அழைத்துக் கொண்டு போய்விட்டாள். நான் வெட்கத்தால் குனிந்த தலை நிமிராமல் அமர்ந்திருந்தேன். இதோடா முடிந்தது! ஒரு தயிர்க்காரிக்கும் தோழர் சத்திக்கும் தகராறு ! தயிர்க்காரி தன் கணவனிடத்திலே சத்தியின் விஷமத்தைப்பற்றிக் கூறிவிட்டாள். அவள் கொஞ்சம் இளம் வயதுக்காரி. சத்தியும் மணமாகாதபிள்ளை! ஏதோ தவறு நடந்து விட்டது! அதை பேச்சு மன்றத்திலே சிரிப்பாய் சிரிக்க வைத்துவிட்டாள் அந்தப் பொல்லாத தயிர்க்காரி. தோழர் ராமசுப்பையா, அவளிடம் மோர் வாங்கிக்கொண்டு கடன் சொல்லி ஏமாற்றிவிட்டாராம். சிறையிலே அவர் காசுக்கு எங்கே போவார். அதையும் பெரிய குற்றச்சாட்டாக்கி காரைக்குடியாரின் நாணயத்தைப் பற்றி வெளுத்து வாங்கி விட்டாள்.

என்ன மூக்கிலே விரலை வைக்கிறீர்கள் ! சிறைச் சாலையிலே பெண்கள் எப்படி வந்தார்கள் என்றுதானே ஆச்சரியப்படுகிறீர்கள்?

பேச்சு மன்றத்திலே நடந்த (Fancy Dress) மாறுவேடப் போட்டியின் போதுகூட பெண்கள் வராமலிருந்தால் சுவைக்குமா என்ன ? பெண்கள் மட்டுமா வந்தார்கள் ? ஒரு குடு குடுப்பைக்காரன் கூட வந்தான்.

"குடு குடு குடு குடு! நல்ல காலம் பிறக்குது - திராவிட நாட்டுக்கு நல்லகாலம் பிறக்குது ! அந்த மூலையிலே ஒருத்தன் அய்யோன்னு போறான் - துரோகம் பண்ணினவன் தொலையப் போறான் - காலையிலே கூட சொன்னேன் - காலையிலே கூட சொன்னேன் சொரண்டிப் பிழைக்கிறவன் சுருக்குன்னு போறான் - குடு குடு குடு குடு ஒரு பழைய துணி இருந்தா குடு குடு குடு!"

நரிக் குறவனும் - குறத்தியும் தோன்றினார்கள் "ஆயாலக்குரி -ஆயாலக்குரி" - என்று பாடியபடியே! வயிறு புடைத்த அய்யரும் வறுமையிலடிபட்ட நெசவாளியும் வந்தார்கள்! குமரர்கள் கிழவர்களாக மாறி வந்தார்கள். ஆண்கள் பெண்களாக மாறிவந்தார்கள் அழகிகளாகக் கூட!

சிறைச்சாலையிலே ஏதோ ஒரு பெரிய மைதானத்தை ஒதுக்கிக் கொடுத்து அதிலே மாறுவேடவிழா நடத்துங்கள் என்று

யாரும் அனுமதி தரவில்லை. வேலையில்லாத ஒரு ஞாயிற்றுக் கிழமையிலே தோழர்களின் சொந்த முயற்சியிலே பல வேடங்களில் தோன்றி, பாடி, மகிழ்வித்தார்கள். சிறைச்சாலையிலே பூத்திடும் மலர்கள் - நான் மேலே போட்டிருந்த பச்சைத் துண்டு போன்ற ஆடைகள் - முடிவெட்டும்போது கத்தரித்த ரோமங்கள் - அடுப்பின் கரிகள் - ஆகிய பொருள்களைக் கொண்டு, அலங்கார அணிகளும், ஆடைகளும், மீசைகளும், தாடிகளும், தயார் செய்து யாரும் எதிர்பார்க்காத அளவுக்கு பிரமாத வெற்றியுடன் நடத்தப்பட்ட அந்தப் போட்டியிருக்கிறதே; அது - "வல்லவனுக்குப் புல்லும் ஆயுதம்" என்பதைத்தான் நினைவூட்டியது. வல்லமையில்லாத ஆரியத்துக்கே புல்லும் ஆயுதமாயிருக்கும் போது வல்லமையுள்ளவர்களுக்கு இருப்பது தானா பெரிய காரியம்.

போட்டியின் நீதிபதிகளாக மன்னார்குடி நாராயண சாமி, காட்டுப்புத்தூர் ராசமாணிக்கம், பேராவூரணி வடிவேல், வைத்தீஸ்வரன் கோயில் முருகையன், K. R. கலைமணி ஆகியோர் இருந்து தீர்ப்பு வழங்கினர்.

திருச்சி டி. எ.கமலன் முதற் பரிசும், கொரனாட்டுக் கருப்பூர் G. நாராயணசாமி இரண்டாம் பரிசும், கம்பர் நத்தம் கடல்வண்ணன் மூன்றாம் பரிசும், பெரியசாமி நான்காவது ஸ்பெஷல் பரிசும் பெற்றார்கள். அவர்களுக்கு "கல்லக்குடி பதக்கம்" பரிசளிக்கப்படும் என்றும், அந்த பரிசளிப்பு விழாவை மணப்பாறையில் தோழர் கஸ்தூரி நடத்துவதென்று,

விரும்பியதின் பேரில் அங்கு விழா நடக்குமென்றும் அறிவிக்கப்பட்டது.

இன்னொரு ஞாயிற்றுக்கிழமை ஒப்புவித்தல் போட்டி, முல்லை சத்தி, திருவையாறு மணி, கிட்டப்பா, திருவாரூர் விசயராகவன், கரூர் முருகேசனார் ஆகியோரை நீதிபதிகளாகக் கொண்டு நடைபெற்றது. அதில் பாரதிதாசன் கவிதைகளும், திரு. வி. க. வின் உரை நடைகளும், அண்ணாவின் பொன்மொழிகளும், நமது திரைப்படங்களின் உரையாடல்களும், புறநானூறு செய்யுட்களும் போர்வாள் முதலிய நாடக வசனங்களும் பல தோழர்களால் ஒப்புவிக்கப்பட்டன.

அதில் முதற்பரிசு பெரியசாமிக்கும், இரண்டாம் பரிசு அடைக்கலத்திற்கும், முன்றாம் பரிசு S. M. வைத்திலிங்கத்திற்கும், நான்காது ஸ்பெஷல் பரிசு G. நாராயண சாமிக்கும் கிடைத்தது. அந்தப் பரிசளிப்பு விழாவை ஜெயங்கொண்ட சோழபுரத்தில் நடத்துவதாக தோழர் வேணுகோபால் அனுமதி வாங்கிக் கொண்டார்.

ஒரு நாள் இசைப்போட்டியும் நிகழ்வுற்றது. தோழர்கள் உள்ளிக்கோட்டை சிங்காரவேல், திருவாரூர் தென்னன், கரூர் நாராயணன் ஆகியோர் நீதிபதிகளாய் அமர்ந்தனர்.

மாயவரம் செபாஸ்டின் முதற் பரிசும், அபிவிருத்தீஸ் வாம் நடராசன் இரண்டாம் பரிசும், ஓவியன் கருணா மூன்றாம்

பரிசும், (சக்கரசாமம்) அப்பாசாமி நான்காவது ஸ்பெஷல் பரிசும் பெற்றார்கள்.

இவர்களுக்கு பரிசளிப்பு விழாவை மன்னார்குடியில் தோழர் நாராயணசாமி நடத்துவதாக கொண்டார். மன்றமும் இணங்கியது. கேட்டுக் கடைசியாக ஒரு ஞாயிறன்று பேச்சு மன்றத்தின் - அறுவடையை கணக்குப் பார்க்கும் போட்டி ஏற்பாடு செய்யப்பட்டது. அதுதான் பேச்சுப்போட்டி.

திருவையாறு R. S. மணி, அழகான கருத்துக்களை அள்ளிச் சொரிந்து முதற் பரிசை அடைந்தார். திருவிட மருதூர் T.A. ராமசாமி, பெருமிதமான வார்த்தை யோட்டாத்தால் இரண்டாம் பரிசைத் தட்டிவிட்டார்.

உள்ளிக்கோட்டை சிங்காரவேல், எடுத்துக்கொண்ட பொருளை எழில் ததும்பச் சொல்லி மூன்றாம் பரிசுக் குரியவரானார். பேராவூரணி வடிவேல் நகைச்சவை ததும்பப் பேசி நான்காவது ஸ்பெஷல் பரிசை ஏற்றார்.

அந்தப் போட்டிக்கு நீதிபதிகளாக, நானும், தோழர்கள் ராமசுப்பையா, அடைக்கலம், நாகை பையன், B.சாமிநாதன் ஆகிய நால்வரும் அமர்ந்து தீர்ப்பு வழங்கினோம். அவர்களுக்கு பரிசளிக்கும் விழாவை மாயவரத்தில் நடத்துவதற்கு தோழர் கிட்டப்பா கேட்டுக் கொண்டு மன்றத்தின் இணக்கம் பெற்றார்.

"மாங்குயில் கூவிடும் பூஞ்சோலை - எமை மாட்ட நினைக்கும் சிறைச்சாலை"

என்ற கவிஞரின் பாடலை உரக்கப் பாடினோம். உற்சாகம் கொப்பளிக்கப் பாடினோம்!

நானூறுக்கு மேற்பட்டோரின் மொத்த வாழ்க்கை சிறையில் எப்படி நடைபெற்றது என்பதை விவரித்து விட்டேன். என் வாழ்வு எப்படி ஓடியது என்பதைக் கூறா மலிருக்க முடியுமா?

சிறைச்சாலைக்கு வந்த சில நாட்களுக்கெல்லாம் என தருமைத் திருவாரூர் தோழர்கள் வந்து சேர்ந்தார்கள். எனது மைத்துனரும் வந்தார். எனக்குப் பக்கத்து அறைகளிலே அவர்களும் இடம் பிடித்துக்கொண்டார்கள். ராம சுப்பையா அவர்களுக்கு சரியான ஜோடியாக திருவாரூர் நாகப்பன் அவர்கள் இருந்தார். அவர்களிருவரையும் பார்த்து நாங்கள் "கிழவர்களே !" என்று கூப்பிடுவோம். ராமசுப்பையாவுக்கு உள்ளபடியே அதில் கொஞ்சம் வருத்தம்தான். திருவாரூர் தென்னன் அவரைப்பற்றி நான்ஒன்றும் அதிகமாகச் சொல்ல வேண்டாம் - நான் சிறையிலிருக்கும் போது அவர் வெளியே இருக்க முடியாது - ஒருவர்தான் தப்பித்தவறி வெளியே இருந்துவிட்டார் - C. D. மூர்த்தி என்பார்- தென்னனின் பெயரும் தெட்சணாமூர்த்திதான்! இரண்டு தெட்சணாமூர்த்திகளும் இரண்டு கண்கள் போல நட்புக்கு! இதைவிட இன்னும் என்ன சொல்ல இருக்கிறது. என்னுடைய தென்னனைப் பற்றி! அந்தத் தென்னன் தான் எமது சாப்பாட்டு

விவகாரங்களை சரி பார்த்து கண்காணித்து வந்தார். நானும் சத்தியும் குளிப்பதற்குச் செல்லுவோம். வேணு ஓடிவருவார் - தண்ணீர் மொண்டு ஊற்ற! அவர்தான் என்னைக் குளிப்பாட்டி விடுவார் என்றே வைத்துக்கொள்வோமே! எண்ணெய் தேய்த்து முழுகப் போகிறோம் என்று தெரிந்தால் போதும் எப்படித்தான் தெரியுமோ, ராமசுப்பையாவுக்கு ! அவர் எண்ணெய் தேய்த்துவிடாமல் குளிக்க முடியாது. முடியாதென்ன கூடாது!

அவருடைய திருக்கரங்களால் எண்ணெய் தேய்த்து - சீயக்காய் தேய்த்து குளிப்பாட்டும் போது என் அன்னையின் பொற்கரங்களின் ஸ்பரிச உணர்ச்சியையே கண்டேன் நான் குளித்துவிட்டு அறைக்கு வருவோம். வீட்டிலே மனைவிகூட அவ்வளவு ஒழுங்காக உடைகளை எடுத்துத் தந்து உபசரிக்க முடியாது; அத்துணை அழகாக உடைகளை எடுத்து வழங்குவார் தோழர் கஸ்தூரி. உடை இலாகாவை அவரிடம் தான் ஒப்புவித்திருந்தோம். உடனே தென்னன் காலை உணவுடன் எங்கள் அறையில் நுழைவார். சாப்பிட்டானதும் ஒரு சிகரெட் பிடிக்கலாம் என்ற காரணத்திற்காக சாப்பிடுவோம். அத்தகைய சாப்பாட்டுக்கும் ஒரு இலக்கணம் வகுத்துக்கொண்டு - நம்மோடு ஒட்டிவராவிட்டால் அதோடு நாம் ஒட்டிப்போவோம் என்ற தத்துவார்த்த சிகரமாக எம்முடன் ஒருவர் இருந்தார். அவர் தான் திருவாரூர் டாக்டர் விசயராகவன், சிறையிலே தரப்படும் கடலை உருண்டை என்றால் அவருக்கு எவ்வளவு பிரியம் தெரியுமா? ஒரு நாள் அவர் கடலை உருண்டைக்காக இன்னொரு தோழருடன்

பந்தயம் கட்டி நூறு 'பஸ்கி' போட முனைந்தார். பந்தயத்தில் தோற்றதால் கடலை உருண்டை கிடைக்கவில்லை. தொடை முழுதும் கடலை உருண்டைகள் போல விங்கிவிட்டது. இரண்டு மூன்று நாள் மறுத்துவ மனையில் இருந்தார். ஜெயில் சாப்பாட்டை சாப்பிட்டுவிட்டு "ஜாம்பவான் " வேலைக் கெல்லாம் போகலாமா?

காலை உணவு முடிந்ததும் நண்பர்கள் மன்னை நாராயண சாமி, அடைக்கலம், விசயராகவன், அத்தான், வடிவேலு, சத்தி, தென்னன், முத்துப்பேட்டை தெட்சணா மூர்த்தி, கோபாலசாமி, வேணு, வையிதீஸ்வரன் கோயில் முருகையா, திருவையாறு மணி, எதிராஜ், உசேன் ஆகி யோர் ஓரிடத்தில் கூடுவோம். பழைய காலத்து ராஜா ராணிகளைப் பற்றியும், அவர்களுக்கு 'ஜோக்கர்' போல இருந்த பிரபுக்களைப் பற்றியும் பேசுவோம். இங்கிலாந்து சரித்திரத்திலே இப்படிப்பட்டவர்களின் கேளிக்கைகள் மிக மிக அதிகமல்லவா? கொரியாவுக்கு செல்லும் இந்தியத் துருப்புகள் பற்றியும் விவாதங்கள் நடத்துவோம். குடியரசு காலத்திலேகூட முடியரசு இருக்கிறது பாரீர் என்று நாராயணசாமிக்கும், விசயராகவனுக்கும் தலையில் துப்பட்டியால் முண்டாசு கட்டி வேடிக்கை செய்வோம். சிறைச்சாலைக்கு சென்றதும் எப்படியெல்லாம் விளையாடத் தோன்றுகிறது பாருங்கள்.

அமைதியான தோற்றமும் ஆர்வம் நிறைந்த உள்ளமும் நட்புக்கோர் அணிகலனுமான வைத்தீஸ்வரன் கோயில்

தோழர் முருகையா, சிறைச்சாலையை விட்டு வெளியேறுகிற அந்தக் கடைசி நாளின் காலையிலே கூட ராஜா ராணி வேடிக்கை செய்து, அவருக்கு முண்டாசு கட்டிவிட்டுத் தான் வெளியே அனுப்பினோம்.

இப்படி வேடிக்கையாகவும் விளையாட்டாகவும் சிறைச்சாலையின் கொடுமைகளை விரட்டிக் கொண்டிருக்க - உதவி புரிந்த அருமைத் தோழர்கள் எல்லாம் எங்களை விட்டுப் பிரியும் காலம் வெகு விரைவில் வந்துவிட்டது. ஆச்சாரியார் ஆட்சி - எனக்கு ஆறுமாத தண்டனை கொடுத்தது கூடப் பெரிதல்ல! என் அன்புத் தோழர்களை என்னோடு சேர்த்துவைத்து, அவர்கள் பிரிந்து செல்லும் வேதனையை அடிக்கடி உண்டாக்கினதே; அதுதான் பெரிய தண்டனையாக இருந்தது.

தோழர் N.V.நடராசன், அடக்குமுறையின் கோரப் பொறியில் அகப்படுவதற்கு முன்பு எனக்கு ஒரு கடிதம் எழுதியிருந்தார்."வெளியில் என்ன நடக்கிறதோ என்று கவலைப்படுவீர்கள்! வளர்கிறோம் வளர்கிறோம் மகிழ்ச்சி யடையுங்கள்'' என்று ! சிறைச்சாலையில் என்னை சக்திக்க வந்த அண்ணா அவர்களும் சொன்னார்; "வெளியுலகைப் பற்றி நினைத்து மனதை அலட்டிக்கொள்ளக்கூடாது" என்பதால்!

இருந்தாலும் முடிகிறதா; நாங்கள் பிரிந்துவரும் போது

தமிழகம் ரத்தக்காடாகவல்லவா இருந்தது! "என்ன ஆயிற்றோ? " என்று ஏங்கிக்கொண்டுதான் கிடந்தோம்.

கல்லக்குடியிலே போராட்டம், சிந்தனைச் சிற்பி சிற்றரசு அவர்களின் தலைமையிலும் திருச்சி தீரர்களின் மேற்பார்வையிலும் தொடர்ந்து நடைபெற்று வருகிறது அண்ணாவும் மற்றவர்களும் சிறைக்குள்ளே அனுப்பப்பட்டு விட்டார்கள். "தலைவர்களை விடுதலை செய்" என்ற முழக்கம் நாடெங்கும் கேட்கிறது. ஆச்சாரியாரும், கவர்னரும் செல்லுமிடமெல்லாம் கருப்புக் கொடிகள் காட்டப்படுகின்றன. இந்த நிலைமையிலே வட நாட்டிலேயிருந்து நேருவும் வருகிறார்.

அக்டோபர் முதல் நாள் ஆந்திர அரசு அமைகிறது. அதைத் துவக்கிவைக்க பண்டித நேரு அழைக்கப்பட்டிருக்கிறார். மொழிவழி மாகாணத்திற்காக ஆந்திராவில் கிளம்பிய நாற்பது வருடத்துக் கிளர்ச்சிக்கு ஒரு முடிவு ஏற்படுகிறது. பதவிக்காக கட்சிகள் மாறும் பிரகாசம், காங்கிரசில் சேர்க்கப்படுகிறார். ஆந்திராவின் முதல் பிரதமராகினார். ஆந்திர அரசு துவக்க நாளிலே மகிழ்ச்சி ஆரவாரத்துடனே தலைவர்கள் பேசுகிறார்கள்.

நேரு பண்டிதர் பேசுகிறார். சென்னை மந்திரி ஆச்சாரியார் பேசுகிறார். ஆந்திரப் பிரதமர் பிரகாசம் பேசுகிறார். எங்கே நின்றுகொண்டு ! பொட்டி ஸ்ரீராமுலுவின் எழும்பு மேட்டின் மீது நின்றுகொண்டு! ஆனால் ஒரு வார்த்தை அந்த தியாக

சீலனைப்பற்றி யாரும் பேசியதாகத் தெரியவில்லை. மாறாக, உண்ணாவிரதத்தைக் கிண்டல் செய்கிறார் அந்த இடத்திலே நேரு ! உண்ணாவிரதம் நாமும் தான் தவறு என்கிறோம். அதற்காக நாட்டுக்காக தியாகம் செய்த ஒரு வீரனை அவ்வளவு எளிதில் மறந்து விட முடியுமா?

காந்தியார் உண்ணாவிரதத்தின் முடிவு இதுபோல் ஆகியிருந்தால் - நேரு கிண்டல் செய்திருப்பாரா? உண்ணா விரதம் - மறியல் - அறப்போர் - முதலியவைகள் காங்கிரஸ் கட்சிக்கு மட்டுந்தான் ஏகபோக சொத்தா? மற்ற யாரும் அதைத் தொடவே கூடாதா?

எப்படியோ எல்லோரும் தியாகியொருவரை மறந்து விட்டு புதிய அரசுக்கு வாழ்த்துக்கூறினர். அதற்குள் இங்கிருக்கும் சிலர், "ஆந்திரா பிரிந்துவிட்டது - இனிமேல் திராவிடநாடு கோஷம் ஒழிந்துவிட்டது" என்று தீர்ப்புக் கூறிவிட்டனர்.

ஆந்திரா பிரிந்ததால் - "வேங்கடத்தை விடமாட்டோம் " என்ற வீராப்புதான் வீழ்ந்ததே தவிர திராவிட நாடு பிரச்சினை மடிந்துவிடவில்லை. ஆந்திர அரசு சென்னையிலிருந்து தன்னை அகற்றிக்கொண்டது. மத்திய சர்க்காரின் பிடியிலிருந்து அது விலகிக்கொள்ளவில்லை. நாளைக்கு கேரளம் தனி மாகாணமாகலாம் - கன்னடமும் அந்த நிலை பெறலாம். பிறகு தமிழகம் தனி மாகாணமே தான்! எல்லாமே தனி மாகாண அந்தஸ்து பெறமுடியுமே தவிர வடவர் ஆதிக்கத்திலிருந்து விலகிவிட்ட தனியரசாக எப்படி

ஆகமுடியும். நமது லட்சியம், வடவர் தொடர்பிலிருந்து கத்தரித்துக்கொண்டு இந்த நான்கு மொழிவழி மாகாணங்களும் ஒரு கூட்டாட்சி அமைப்பது அதற்குப் பெயர் திராவிடக் கூட்டாட்சி என்பது! இந்த முடிவை ஒரு அரசு ஏற்காவிட்டால் மற்ற மூன்று அரசுகளும் சேர்ந்து திராவிடக் கூட்டாட்சி அமைக்க முடியாதா என்ன!

எல்லையிலே சிறிது குறையலாமே தவிர 'திராவிடம்' என்ற சொல்லும், அந்த அரசும் எப்படிக் குலைந்துவிடும்!

பலாப்பழத்தை பாதியாக வெட்டிக் கொடுத்தாலும் அது பலாக்கனி தானே! பாகற்கனியாகிவிடாதே!

அரசியல் இலக்கணம் புரியாதவர்கள் ஏதாவது உளறிக்கொண்டு தானிருப்பார்கள். அதற்கு எடுத்துக் காட்டு தான் திராவிட நாடு செத்துவிட்டது என்ற கூச்சல்!

இவர்களாவது சாதாரணமானவர்கள்; ஏதோ வாயில் வந்தபடி உளறிவிடுகிறார்கள் - இவர்களின் தலைவராவது அரசியல் கண்ணியம் வாய்ந்தவராயிருக்கிறாரா என்று பார்த்தால் - அய்யோ! அதுவுமில்லை. ஆந்திர ராஜ்யத்தை துவக்கி வைத்துவிட்டு - சென்னை, கோவை, மதுரை, மாமல்லபுரம், பவானி, முதலிய இடங்களிலே சுற்றுப்பயணம் நடத்தினார் பண்டிதநேரு, தமிழகத்தின் தலைவர்கள் சிறையிலே! ஐயாயிரவர் அடக்கு முறைக்கு ஆளாயினர்! பிணங்கள் வீழ்ந்தன! சதி வழக்குகள் கிளம்பின! இந்த நிலைமையிலே

கொதித்துப் போயிருந்த திராவிட மக்கள் தங்கள் அதிருப்தியைக் காட்ட நேருவுக்கு எல்லா இடங்களிலும் கருப்புக்கொடி காட்டினர். அவரது பொதுவாழ்விலே அதுவரையில் காணத எதிர்ப்பை அவர் கண்டார். கருப்புக்கொடி காட்டுவது, அரசியலிலே ஒரு முறை! நேருவுக்கும் தெரியாததல்ல! திராவிடரை "நான்சென்ஸ்" என்று இருமுறை இகழ்ந்தார் - ஒருமுறை மன்னித்தோம் - பெரிய மனிதர் என்பதற்காக! மீண்டும் சொன்னார் - நாம் அவர்பால் கொண்ட தவறான கருத்தை மாற்றிக்கொண்டோம்! கண்டனம் தெரிவித்தோம்!

"கண்டனம் தெரிவித்தோர் காட்டுமிராண்டிகள். காட்டுமிராண்டிகள் கூட அல்ல; அவர்கள் எவ்வளவோ மேல்! இவர்கள் அவரினும் இழிமக்கள்" என்று சுடு மொழி கூறினார் மூன்றாவது முறை! "எனக்கு நிகர் யாருமில்லை - எல்லாமே நான் தான் "என்றான் பதினான்காம் லூயி ! அப்போது பிரான்ஸ் கொதித்தது! "புரட்சி வந்தால் எனக்குப் பின்னால் வரட்டும் " என்று கூறினான் பதினைந்தாம் லூயி! பிரான்ஸ் குமுறியது!

"ஒரு கை பார்ப்போம்" என்றான் பாஸ்டிலியின் காவலன் பதினாறாம் லூயி! பிரான்சின் எரிமலை வெடித்தே விட்டது!

இவர்களிலே எந்த லூயி - நேருவின் வடிவத்திலே பேசுகிறானோ நமக்குத் தெரியாது ! "உலக சரித்திரம்" எழுதிய நேருவுக்குத் தான் தெரியும்!

"அச்சம் கண்களை மறைக்கும்போது - குற்றவாளி யார் - நிரபராதி யார்- என்பது தெரியாமலே போய்விடும்." என்று நேருவே கூறியிருக்கிறார். கருப்புத் துணியைக் கண்டால் கலக்கம் ஒரு வகை அச்சம் ஏற்படுவது இயற்கை, நேரு போன்றவர்களுக்கு !

ஆகவே அவரது பொன்மொழிக்கு அவரே இலக்காகி விட்டார்.

'42 ஆகஸ்டு' போராட்டத்தின் தளபதி - நமது அறப்போராட்டத்தைப் பார்த்து காட்டுமிராண்டித்தனம் என்கிறார்.

என்ன செய்வது பாவம்;

சில நேரங்களில் சிலர், நிலைக்கண்ணாடிக்கு நேராக நின்று பேசவேண்டிய வார்த்தைகளை, தவறிப்போய் நம்மிடம் பேசிவிடுகின்றனர்.

மதுரையிலே நேருவுக்கு கருப்புக்கொடி காட்டிய கிளர்ச்சியில், மாவீரர்கள் முத்து, அய்யாசாமி, ராசமான் மற்றும் பல தோழர்கள் கைது செய்யப்பட்டார்கள். சென்னையிலும் முப்பதுபேருக்குமேல் கைதியாயினர். மதுரையிலும், கோவையிலும் இளங்கோவும், கண்ண தாசனும் முன்னின்று கருப்புக்கொடி நிகழ்ச்சிகளை வெற்றிகரமாக்கினர். சென்னையிலே கண்ணபிரான், மாலை மணி பார்த்தசாரதி

மற்றும் பலர் தடியடிக்காளாயினர், செங்கற்பட்டிலே அண்ணாமலை தலைமையிலே கருங்கொடி நிகழ்ச்சி வெற்றிகண்டது.

நாள் தோறும் நமது தோழர்கள் சிறைச்சாலைக்கு சென்று கொண்டிருப்பதும் - நாடெங்கும் கிளர்ச்சித் தீ கொழுந்துவிட்டு எரிந்து கொண்டிருப்பதும் - தேனினுமினிய செய்திகளாக எங்களுக்குக் கிடைத்துக் கொண்டேயிருந்தது.

எல்லோரும் போய்விட்ட காரணத்தால் - மிச்சமிருந்த ஐம்பதுக்குட்பட்ட தோழர்களை ராமசுப்பையா அவர்கள் வசம் ஒப்புவித்துவிட்டு நான் சிறிது ஓய்வுபெற்றேன்.

பேச்சுமன்றமும் கிடையாது. ராஜாவுக்கு முடிசூட்டும் விளையாட்டும் நின்றுவிட்டது. எதையாவது படிப்பது, எதையாவது எழுதுவது, மீதி நேரங்களில் வேப்ப மரத்தடி ! அங்கே சத்தியும் நானும் ! எத்தனையோ இன்பக் கதைகளை அந்த வேப்பமரம் கேட்டிருக்கிறது - பேச்சின் ஒலிக்கு மாத்திரம் சக்தியிருக்குமானால் அந்த வேப்பமரம், இனிப்பு மரமாக மாறியிருக்கும் அவ்வளவு தித்திப்பான கதைகள்!

ஒரு நாள் நீண்டு உயர்ந்த மதிலுக்கு உள்ளே ஒரு சிறிய பந்து வந்து விழுந்தது. வெளியிலே விளையாடிக் கொண்டிருந்த சிறுவர்களின் கையிலேயிருந்து தப்பி, அது எங்கள் கையில் சிக்கியது.

உடனே ஒரு திட்டம் போட்டோம். ஒரு பழைய வேட்டியைக் கிழித்து வலைபோலக் கட்டினோம். எங்கள் கைகளைப் பந்தடிக்கும் *Bat* ஆக அக்கிக்கொண்டு தினந்தோறும் விளையாட ஆரம்பித்தோம். அந்த விளையாட்டுக்கு பந்தயம் எல்லாம் கட்டுவது உண்டு. தோழர் வேணு, தனக்கு வந்த கடலை உருண்டைகளை யெல்லாம் பந்தயத்தில் இழந்து துவரையை இழந்து. சோற்றையும் ஒருநாள் இழந்து தரும மகாராஜன் போல நின்று கொண்டிருந்தார். தோழர் ராமசுப்பையா பந்து விளையாட்டில் என்னுடைய கட்சி. வருகிற பந்தையெல்லாம் சாமர்த்தியமாக அடித்துவிடுவார். ஆனால் ஒரு குறை - பந்து வளையைத் தாண்டி அப்புறம் போகாது! அவ்வளவுதான்! கஸ்தூரி, சத்தியின் கட்சியிலேயிருந்து விளையாடுவார். பந்து, தானாகவே போய் அவரது கையில் மோதி எங்களிடம் திரும்பிவரும் காட்சி அற்புதமாக இருக்கும். அவ்வளவு கஷ்டப்பட்டு விளையாடுவார்.

அந்த விளையாட்டிலும் இடையே தொய்வு ஏற்பட்டு விட்டது. ஜெயில் ஆகாரத்தை சாப்பிட்டு விட்டு இம்மாதிரி வேலையெல்லாம் எங்களைப்போன்ற பலசாலிகள் செய்யலாகா? எல்லோருக்கும் உடம்புவலி - உட்கார முடியாது, நிற்க முடியாது. நான் ஊசியும் போட்டுக் கொண்டேன். பிறகு மீண்டும் ஆசை பிறந்தது விளையாட! ஆனால் விளையாட்டுக்கு விரைவில் முடிவு ஏற்பட்டுவிட்டது.

காரணம்; கல்லக்குடி பட்டாளத்தை நோக்கி விடுதலை வந்துவிட்டது. விடுதலைக்கு இரண்டு மூன்று நாட்களுக்கு முன்பிருந்தே ராம சுப்பையா கண்ணீர்விட ஆரம்பித்து விட்டார். விடுதலை நாளும் வந்தது. அக்டோபர் 15ம் நாள் காலையிலே அவர்களும் எம்மைப் பிரிந்தார்கள், சிறைச்சாலையிலே அகப்படும் பூக்களைக் கொண்டு ஒரு மாலை கட்டினார்கள். பிரிவுரை கூறினார்கள். கோவெனக் கதறி அழுதார்கள். அவர்கள் வாய்விட்டுக் குழந்தை போல அழுத காட்சியை இப்போது நினைத்தாலும் கலங்குகிறது.

"இனிமேல் ராம சுப்பையா போல எண்ணெய் தேய்த்துவிட யார் ஓடிவருவார்கள்?"

"வேணு போல பறந்து பணியாற்றிட யாரால் முடியும்!"

"கட்சிச் செய்திகளைக் கேட்டிட ஆர்வமுடன் ஆடிக் கூடி வர - மலைக்கோட்டை ரத்தினம் போல யாருளர் இங்கே?"

"எது கேட்டாலும் சிரித்துக் கொள்ளும் எதிராஜ்!"

இப்படி ஒவ்வொருவரையும் பற்றி எண்ணினேன். என் பின்னே அணிவகுத்துவந்த கல்லக்குடி படைவரிசை கண்ணீரைக் கொட்டியபடி நிற்பதையும் கண்டேன்.

"நேசமுள்ள நண்பர்களே ! பாசம் நிறைந்த தோழர்களே! என் ஆசைக் கண்மணிகளே!" என்றேன். அதற்குமேல் பேச

முடியவில்லை. "போய் வருக " என்று கையால் ஜாடை காட்டினேன். ராம சுப்பையா கட்டிப் பிடித்துக்கொண்டு கதறிவிட்டார். பிரிவு - பிரிவு - கட்டிக் காத்த குடும்ப பாசத்தில் குறுக்கிட்ட பிரிவு! அவர்ககள் எம்மிடமிருந்து விடுதலையென்னும் சொல் பிரித்துக் கொண்டு போய்விட்டது.

தொடர்ச்சியாக ஐந்து சிகரெட்டுகளை அன்றுதான் முதன் முதலாகப் பிடித்தேன்.

சிறையில் 'இன்டர்வியூ' பார்ப்பது என்பது ஒரு இன்பகரமான செய்தி. அந்த நாள் என்றைக்கு வரும் என்று எதிர்பார்த்திருப்போம். மாதத்தில் குறிப்பிட்ட சில நாட்கள் தான் 'இன்டர்வீயூ' பார்கமுடியும், வெளியூரிலிருந்து வர விரும்புவோர், முன் கூட்டியே சிறை அதிகாரிக்கு கடிதம் எழுதி எந்த நாளில் பார்க்கலாம் என்று அனுமதி வாங்கிக் கொள்ளுவதும் உண்டு. அப்படி வந் தால் நிச்சயம், ஏமாறாமல் பார்த்துவிட்டுப் போகலாம்.

சில நேரங்களில் "ஸ்பெஷல் இன்டர்வியூ"க்களும் வாங்கலாம்.

முதல் நாள் இரவு படுக்கும்போதே - காலையில் 'இன்டர் வியூ' பார்க்கலாம் என்ற இன்ப நினைவுடன் படுப்போம்.

காலையிலும் சுறு சுறுப்பாக எழுவோம். முக அலங்காரம் முதலியன செய்து கொண்டு வெள்ளை உடைகள் அணிந்து - எப்போது வருவான் மனுக்காரன் என்று எதிர்பார்த்த வண்ணமிருப்போம்.

இன்டர்வியூ செய்தி கொண்டு வருகிற கைதித் தோழனுக்கு மனுக்காரன் என்று பெயர். சந்திக்க விரும்புகிறவர்கள் மனுப்போட்டுப் பார்க்கிறார்கள் அல்லவா; அந்த மனுவை எடுத்து வருபவன் மனுக்காரன். பல மனுக்கள் வந்து மறுக்கப்பட்டு திரும்பியும் போய்விட்டன.

அறிஞர் அண்ணா, மதியழகன், அரங்கண்ணல், வாணன், செழியன், K. K. நீலமேகம், கண்ணதாசன் T. K. சீனிவாசன், மாயவரம் பழனிசாமி, முல்லை வடிவேல், வெங்கிடங்கால் சந்தானம், சௌரிராசன் திருச்சி தோழர்கள் தருமு, பராங்குசம், மணி, முத்து, ராதாகிருஷ்ணன், ராபி, கடைத்தெரு கழகம் நடராசன், பாண்டு சங்கன்,கருணானந்தம், மாயூரம் காந்தி, சௌந்தரராசன், கருணை ஜமால், காஞ்சி C. V. ராசகோபால், காரைக்குடி இராம வெள்ளையன், விடுதலையடைந்து சென்ற மன்னை நாராயணசாமி, தென்னன், கிட்டப்பா, A.S. முருகையா அடைக்கலம் மற்றும் இளமுருகு, கோபால கிருஷ்ணன், மாராச்சி, கிருஷ்ண மூர்த்தி, G. P.சோமசுந்தரம், சேவியர், சௌரிராசன், செல்வரெத்தினம், S. V. லிங்கம், இளம்வழுதி M. A. B. L., வில்லாளன் B.A. Hon. முத்து மல்லப்பன் ஆதங்குடி இயக்கத்தார் ஆகிய இயக்கத் தோழர்களும், வீட்டாரும், கோவிந்தசாமி M. L. A.,

பழனியாண்டி M. L. A., சிற்றம் பலம் M. L. A., தங்கவேலு M. L.A., பேபி கந்தசாமி M.P, ஆகிய சட்டசபை பாராளுமன்ற உறுப்பினர்களும், கலை வாணர் N.S. கிருஷ்ணன், மதுரம், புரட்சி நடிகர் எம்.ஜி. ராமசந்தர், சிவாஜி கணேசன், S. V. சகஸ்ரநாமம், ராதா கிருஷ்ணன், M. N. கிருஷ்ணன், திருப்பதிசாமி, டைரெக் டர் கிருஷ்ணன் (பஞ்சு), மனோகரா பிக்சர்ஸ் பாலு, கதாசிரியர் ஆத்ரேயா, மாடர்ன் தியேட்டர்ஸ் சுலைமான், முதலிய கலை உலக நண்பர்களும் எங்களை வந்து சந்தித்துப் போனார்கள். அந்த நாளெல்லாம் எங்கள் ராஜ்யத்திலே ஒரு திருவிழா நாள் போல இருந்தது. நடுவிலே ஒரு பெரிய மேஜை. ஒரு பக்கத்தில் சிறையில் உள்ளவர். இன்னொரு புறத்தில் சந்திக்க வந்திருப்போர். அரசியல் விஷயங்களோ - ஆட்சேபகரமானவைகளோ பேசி விடாமல் கவனித்துக் கொள்ள அருகாமையிலே ஒரு உத்தியோகஸ்தர். இதுதான் 'பி' வகுப்பு கைதிகளை இன்டர்வியூ பார்க்கும் முறை.

வலை போட்ட பெரிய ஜன்னல். உள்ளே சிறையில் உள்ளவர். வெளியே சந்திக்க விரும்புகிறவர். கவனிக்க உத்தியோகஸ்தர். இருதரப்பாரும் நின்று கொண்டுதான் பேசவேண்டும். ஒருவர் முகம் ஒருவருக்கு சரியாகத் தெரிய முடியாது. இதுதான் 'C' வகுப்பு முறை 'ஏ' வகுப்பு என்று சிறையில் முன்பு இருந்தது - இப்போது கிடையாது.

'பி' வகுப்பு கைதிகளுக்கு ஒரு வசதியுண்டு. வெளியிலிருந்து சந்திக்க வருகிறவர்கள் பழம், ரொட்டி, சிகரெட், முதலியவை

கொடுக்கலாம். பலகாரங்கள் எதுவும் தரக் கூடாது. *P.C. P.* என ஒன்றுண்டு. *[Personal Cash Property]* சொந்தப் பணம் வைத்துக்கொள்ளுதல். சிறையதிகாரிகளின் வசத்திலே நமக்கென பணம் வைத் துக்கொண்டு, வாரா வாரம் நமக்குவேண்டிய பொருள்களை அதிகாரிகள் மூலம் வாங்கிக்கொள்ளலாம். வேண்டிய பொருள்கள் என்றால் தேவையானது எல்லாம் அல்ல.

அதிகாரிகளால் அங்கீகரிக்கப் படுவதுதான். நாங்களும் *P. C. P.*யில் பணம் கட்டியிருந்தோம். அதில் வாரா வாரம் ஓவல்டின், ஹார்லிக்ஸ், பிஸ்கட், சிகரெட், பழங்கள், சோப்பு, எழுதும் பேப்பர், மை, காப்பித்தூள், சர்க்கரை, முதலியன வாங்கிக் கொண்டோம்.

ஒரு முறை பச்சைப் பட்டாணி டின் ஒன்று வாங்கி வரும்படி குறித்தனுப்பினோம். அது அங்கீகரிக்கப்பட வில்லை என்று கூறிவிட்டார்கள். "ஓ! நாம் கைதிகள்" என்று ஒரு முறை சொல்லிக் கொண்டோம். பாதுகாப்பு கைதிகளுக்கு 'பி' வகுப்பை விட நிறைய வசதிகளுண்டு. ஒரு சமயம் கம்யூனிஸ்டு தலைவர்கள் பாதுகாப்பு கைதி களாக வைக்கப்பட்டிருந்தது உங்களுக்குத் தெரியும். "C" வகுப்புக் கைதிகளுக்கும் யாராவது மணியார்டரில் பணம் அனுப்பினால் சிறையில் வாங்கி வைத்துக்கொண்டு அவர்கள் விடுதலையாகி வெளியே செல்லும்போது கொடுத் தனுப்புவார்கள். அந்தப்பணத்தில் அவர்கள் தேவையானது எதுவும் சிறையிலிருந்து வாங்கிக்கொள்ள முடியாது.

சிறையிலுள்ள 'டவர்' என்னுமிடத்தில் ரேடியோ இருக்கிறது. ஆனால் எங்கள் பிளாக்கிற்கு காதில் விழாது. எங்கள் பிளாக்கில் ஒரு 'ஸ்பீக்கர்' வைத்துத் தந்தால் ரேடியோ கேட்க முடியும். அதை சூப்பிரண்டிடம் கேட்பதென முடிவு செய்தோம். சூப்பிரண்டை *(File)* பைல் நாள் அன்றுதான் பார்க்கலாம். திங்கட்கிழமைதோறும் காலை 7 மணிக்கு ஒவ்வொரு பிளாக்கிலுமுள்ள கைதிகள் தங்களிடமுள்ள தட்டு, குவளை, எண் ஆகியவைகளுடன் அணிவகுத்து நிற்க வேண்டும். எங்கள் ராஜ்யத்திலும் நானூறு பேர் அணிவகுத்து நிற்கும் காட்சி மிக ரம்மியமா யிருக்கும். கடுங்காவல் கைதிகளான நாங்கள் சிலர் மட்டும் தலையில் குல்லா அணிந்து கொண்டு, சிறை உடைகளை மாட்டிக் கொண்டு நிற்க வேண்டும். நீண்ட காலுறையும் கையுறையும் தருவார்கள்.

அந்த அணிவகுப்பை சூப்பிரின்டெண்ட் பார்வை யிடுவார். அவருடன் *D. M. O.* வும் மற்ற சிறை அதிரிகாரிகளும் வருவர். கைதிகள் தங்களுடைய குறைகளை அவர்களிடம் சொல்வதற்காகவே இந்த ஏற்பாடு அமைக்கப்பட்டிருக்கிறது. அது கவனிக்கப்படுமா என்பது வேறு விஷயம். ஒரு திங்கட்கிழமை சிறை அதிகாரிகள் அணி வகுப்பைப் பார்வையிட்டு வந்தார்கள். ரேடியோ பற்றி நாங்கள் கேட்டோம். இந்த பிளாக்கிலிருந்தபடியே கேட்கிறோம், ஒரு ஒலிபரப்பி அமைத்துக் கொடுங்கள் என்று கோரினோம்.

அதற்கு ஜெயிலர் சொன்னார் உங்கள் செலவில் ஒரு ஒலிபரப்பி ஏற்பாடுசெய்து கொள்ளுங்கள், எமக்கு ஆட்சேபணையில்லையென்று ! எனக்கும் அது சரியென்று பட்டது; ஆறு மாதத்திற்கு ஒரு இரவல் ஒலிபரப்பியா கிடைக்காது - திருச்சியிலே அருமைத் தோழர் ராபி யிருக்கிறார். அவரிடம் சொன்னால் போதுமே - எத்தனையோ ஒலிபரப்பிகளை அமைத்துத் தருவார் என்று எண்ணியபடியே, "சரி நாங்களே அமைத்துக்கொள்ள அனுமதி கொடுங்கள்" என்றேன்.

"அனுமதி தருகிறோம். ஆனால் ஒன்று. அப்படி வைக்கப்பட்ட 'ஸ்பீக்கர்' ஜெயிலுக்குத்தான் சொந்தம். திரும்ப எடுத்துக்கொண்டு போகக் கூடாது" என்றார் ஜெயிலர்.

"நல்லவேளை! நம்மால் ராபிக்கு லாபமில்லாவிட்டாலும், நஷ்டமில்லாமலாவது இருக்கட்டும் " என்று மனதுக்குள் சொல்லிக்கொண்டே. "சரி சார் ! ரேடியோ கேட்டது பற்றி மீண்டும் யோசிக்கிறோம் " என்று பதில் கூறிவிட்டோம். அவர்கள் போய்விட்டார்கள். பிறகு நாங்கள் ஏன் அதுபற்றி, யோசிக்கப்போகிறோம்! நாட்கள் ஓடிக்கொண்டிருந்தன.

ஹிட்லர் பாட்டு - சுதந்திர மெட்டு!

அக்டோபர் இருபத்திமூன்றாம் நாள் நூறாவது நாள் முடிந்துவிட்ட விழாவை நாங்கள் ஐந்தாறு பேரும் சிறையில் சிறப்பாகக் கொண்டாடினோம். காலையில்

விழித்தெழுந்ததும் மேசையில் நூறாவது நாள் என்ற எழுத்துக்கள் கொண்ட சிறுதாள் ஒன்று மின்னியது. அதன் பக்கத்திலே ஐந்தாறு மல்லிகை மலர்களால் தொடுக்கப்பட்டு கொழுந்து இலைகளுடன் கூடிய சின்னஞ்சிறு பூச்செண்டும் காட்சியளித்தது. வெளியுலகைக் கண்டு நூறு நாட்கள் ஆகிவிட்டன. குழந்தைகளை வாரியணைத்து முத்தம் தந்து நூறு நாட்களுக்கு மேலாகிவிட்டன. பக்கத்திலே அமர்ந்து தாய் உபசரிக்க துணைவி உணவு பரிமாறி நூறு நாட்கள் முடிந்துவிட்டன. நண்பர்களோடு கூடியிருந்ததும் குலவிக்கிடந்ததுமான அந்தக் கோலாகல நாள் உருண்டுபோய் நூறு நாட்களாகி விட்டன. கிளிக்கூண்டின் கதவு படார் என் சாத்தப்படும் போது தவிர்க்க முடியாத ஒரு மின்னல் போன்ற எண்ணம் இருதயத்தைத் தாக்கி மறைவது - இன்றைக்கு நூறாவது நாள்.

இந்த நூறு நாட்கள் எங்களுக்கு மட்டுமல்ல; திராவிடத்திற்கே மிக முக்கியமான நாட்கள். வெள்ளையனை எதிர்த்த விடுதலைப் போரிலே 'ஜாலியன் வாலாபாக்' எவ்வளவு பிரதானம் வாய்ந்ததோ அவ்வளவு பிரதானம் வாய்ந்தகட்டம் இந்த நூறு நாட்கள், திராவிடத்தின் சரித்திரத்திலே!

தமிழகத்து மண்ணிலே குருதி ! விண்ணிலே புழுதி! புண்ணிலே வேல் பாய்ந்தது போன்ற நிகழ்ச்சிகள்! கண்ணிலே புனலும், பண்ணிலே கனலும் எழும்ப திராவிடம் தனது எதிர்காலத்தை நிர்ணயித்துக் கொள்ளத் தயாராகிவிட்டது. தர்பார் சூரர்களோ தருக்குமிக்க துரைத் தனத்தால்

உருக்குலைத்து விடலாம் இந்த உணர்ச்சியை என்று உறுமிப் புறப்பட்டு விட்டனர். வளர்ந்து வரும் எழுச்சியால், தங்கள், வயிறு வளர்க்கப் பயன்பட்டு வரும் கட்சிகள் தேய்ந்து விடுமோ என்று அஞ்சியவர்கள் நேரம் பார்த்து நஞ்சுமொழி பேசக் கிளம்பிவிட்டனர். தீரமிக்கத் திராவிடப் படையினர் ஐயாயிரவர் அகப்பட்டார் சிறையில் ஆகவே இதுதான் சமயம் காற்றுள்ளபாதே தூற்றிக்கொள் என்ற பழமொழிக்கிணங்க மூடிக்கிடந்த முக்காடுகளை விலக்கிவிட்டு மூலையில் கிடந்த ஓட்டை உடைசல்கள் முரசு தட்ட எழுந்து விட்டன. "ரத்தம் ரத்தம்! பலாத்காரமே நமது லட்சியம் " என்று வெறிபிடித்தலைந்த நரிக்கும்பல்கள் மக்கள் மன்றத்திலே தலைநீட்டி ஆட்டுமந்தைக்கு உத்தியோகம் கேட்க நாக்கைத் தீட்டிக் கொண்டன. சரித்திரத்திலே மட்டுந்தான் இவர்களுக்கு இடம் இருக்கவேண்டும். இவர்களுடைய கணக்கைத் தீர்த்துக் கட்டியாக வேண்டும் என்று காகபட்டரின் பரம்பரைத் தோன்றல் கச்சைகட்டி கிளம்பிவிட்டது. அக்கிரகாரத்தின் குரல்களாம் ஆரிய எடுகள் தங்களின் விஷமப் பிரச்சாரத் தொனியை உச்சஸ்தாயில் உயர்த்திக் கத்தின. பயந்துபோன பண்டிதர்கள் சிலர் திராவிடர் என்பதே கற்பனையென்று கூறி போலி வாதத்திற்கு திரைபோட முடியாமல் மழுப்பியும் - வழுக்கியும் - மறைந்து திரிந்தனர். இந்தச் சிறு சந்தடிகளுக் கெல்லாம் எதிராக திராவிட விடுதலைப்படையின் சங்க நாதம் தீரமாக ஒலித்தது. விரைவில் விடியப்போகிறது ஏன்பதற்கான விடி வெள்ளி தோன்றிவிட்டது.

அந்தப் பரவலான ஒளி படர்ந்த நாட்கள் தான் நான் குறிப்பிடும் நூறு நாட்கள்.

இந்த நூறு நாட்களிலே திராவிடர் நடத்திய தீரச் செயல்களை விடுதலைப்போர் முறைகளை எப்படி வருங்காலம் மறந்திட முடியாதோ - அதுபோலவே விடுதலைப் போருக்கு எதிராக எழுந்த வீணர் குரல்களையும் விபீஷணச் செயல்களையும் தேசீய உணர்ச்சியற்ற இழி குணத்தோர் போக்கையும் - மறந்திட முடியாது.

சரித்திரத்திலே தான் இடம் இருக்கவேண்டும். உடனே இவர்கள் ஒழிக்கப்பட்டாகவேண்டும என்று ஆச்சாரியார் கூறினார். அவரால் மறுக்கவோ அல்லது நினைக்காமலிருக்கவோ முடியவில்லை நாம் சரித்திரத்தில் இடம் பெறவேண்டியவர்கள் என்பதை! ருஷ்ய நாட்டு சரித்திரத்திலே லெனின் பட்டாளத்திற்கு இருந்த இடம்- சீனநாட்டு சரித்திரத்திலே மாசேவின் படை வரிசைக்கு இருந்த இடம் நிச்சயமாக திராவிட நாட்டு சரித்திரத்திலே அண்ணாவின் அணிவகுப்புக்கு இருந்துதான் தீரும். அதை ஆச்சாரியார் தமது கண்ணீர்த் துளிகளைக் கொண்டு எழுதி முடித்தாலும் முடிப்பார். அல்லது - நாமே, நமது ரத்தத் துளிகளால் எழுதினாலும் எழுதுவோம். சரித்திரத்திலே இடம் தரவேண்டும் என்று பாராட்டிவிட்டார், பார்ப்பனகுல மகிபர்.

அதோடு விடவில்லை, இவர்களது கணக்கையும் தீர்த்தாக வேண்டும் என்று கூறிவிட்டார். இதை அவர் நேருவிடத்திலே

ஜாடையாக சொன்னதாகவே நாம் பொருள் கொள்ளவேண்டும்.

வாரன் ஹேஸ்டிங்ஸ், இங்கிலீஷ் பார்லிமண்டிடத்திலே சொன்னதுபோல அல்ல இது! மௌண்ட் பேட்டன் பிரபு - அட்லி துரையிடத்திலே கூறியது போலாகும், இந்த ஆச்சாரியாரின் வாசகம். நாமும்தான் கணக்கை தீர்த்துவிட்டு புதுக்கணக்கு போட வேண்டுமென்று துடிக்கிறோம். அட்லியிடத்திலே - மௌண்ட் பேட்டன் போல, நேருவிடத்திலே ஆச்சாரியார் கணக்கு தீர்ப்பது பற்றி கூறுகிறார் என்றால் மகிழ்ச்சியடைகிறோம். அல்ல;

எமனிடத்திலே சித்திரபுத்திரன் போல-என்று அவர் கூறுவாரேயானால் - நாமும் புராணக்கதையின் படியே அவருக்கு மார்க்கண்டேயன் வரலாற்றை ஞாபகப்படுத்து கிறோம். புராணக்கதையிலே லிங்கம் வெடித்து சிவனார் புறப்பட்டார்.

ஆச்சாரியார் அறிவார்! ஆனால் புரட்சிக் கதையிலே ...... அதையும் ஆச்சாரியார் அறிவார்!

"திராவிட முன்னேற்றக் கழகம் தான் எனக்கு முதல் எதிர்'' இந்த நூறு நாட்களிலே ஒருநாள் ஆச்சாரியார் உதிர்த்த உத்வேக மொழியிது!

"கம்யூனிஸ்ட்டுகளை முதல் எதிரி என்றேன்- அவர்கள் அடங்கிவிட்டார்கள் - இவர்களை முதல் எதிரி என்கிறேன் - இவர்களும் அடங்கிவிடுவார்கள்." ஆச்சாரியாரின் திருப்தி இப்படியிருந்தது.

"மாகினாட் அரணைத் தொட்டேன் - மண்மேடாகி விட்டது! இதோ மாஸ்கோவில் நுழைகிறேன் – இதுவும் குட்டிச் சுவராகிவிடும்" என்று யுத்த போதையிலே- வெற்றி மயக்கத்திலே பாடினான், உலகம் விழுங்கப் புறப் பட்ட உன்மத்தன் ஹிட்லர்!

அதே பாட்டு இங்கும் பாடப்படுகிறது - மெட்டு, தான் வேறு! ஹிட்லர் பாட்டு! சுதந்திர மெட்டு!

சிறை திறந்தது

இன்னும் இரண்டுமாத காலம் கழித்த பிறகே திரா விடத்தின் தெருக்களில் நடமாட முடியும் என்றெண்ணியிருந்த எங்களிடம் புதிய செய்தியொன்று கூறப்பட்டது. ஒரு மாத தண்டனை குறைந்துவிட்டது என்பதுதான் அச் செய்தி. முப்பத்தைந்து ரூபாய் அபராதப் பணம் கட்ட மறுத்து மேலும் ஒரு மாத தண்டனையை ஏற்றுக் கொண்ட எங்களின் அபராதத் தொகையை கட்டாயமாக வசூலித்து விட்டனர். முப்பத்தைந்து ரூபாய்க்காக என்னுடைய மோட்டார் காரின் மீது அவர்களின் கண் விழுந்த தென்றால் - அதை ஜப்தி செய்து ஏலம்போட முயன்றார்களென்றால் - வஞ்சம் தீர்த்துக் கொள்ள எந்தெந்த வழிகளில் எல்லாம் சென்றிருக்கிறார்கள் என்பது தெளிவாகும். ஏறத்தாழ ஐந்து மாதம் சிறையிலே வாழ்ந்துவிட்டோம். ஐந்து மாத காலத்திலே தான் மூலவர் நேரு கடு மொழிகள் பல கூறினார். திராவிடத்தை நோக்கி, முப் புரிக் காவலர் ஆச்சாரியார் சுடுமொழி வீசினார் நமது கழகத்தை நோக்கி. இவைகட்கெல்லாம் சிகரம் வைத் தாற்போல கவர்னர் பிரகாசா திருவாரூரில் கருப்புக் கொடி காட்டிய தோழர்களையும் பொதுமக்களையும் காரிலிருந்து குதித்து கம்பெடுத்து விரட்டியடித்திருக்கிறார். ஒரு மாநிலத்தின் கவர்னர், தானே முன்னின்று தடியடி தர்பார் நடத்தும் விசித்திரத்தை சரித்திரம் முதன் முதலாக

சந்தித்திருக்கிறது இந்த ஐந்து மாத காலத்திலே! ஜூலை 15ந் தேதிக்கு முன்னிருந்த கழகம் வேறு அதற்குப் பிறகு உன்னதமாக வளர்ந்திருக்கும் கழகம் வேறு! ஆயிரம் - லட்சமாக மாறிடும் விதத்திலே அவ்வளவு சிறப்பான எழுச்சி பெற்றிருக்கிறது. தி.மு.க. அவதூறு பேசினாலும் - ஆணவம் காட்டினாலும் அடித்து விரட்டினாலுங்கூட - அழிக்கமுடியாதது இவ் வளர்ச்சி எனக் கண்டபிறகுதான் கவர்னர் பிரகாசா தஞ்சையிலே பேசும்போது "கருங்கொடி நிகழ்ச்சிகள் ரஷ்யப் புரட்சி போலக் காட்சியளிக்கின்றன " எனக் கூறிவிட்டு - நாகையிலே பேசும்போது - "இவர்கள் வளர்ச்சியை அலட்சியம் படுத்தக்கூடாது" எனவும் குறிப்பிட்டிருக்கிறார். அலட் சியத்தாலேயே நம்மை ஒழித்துவிடலாம் என்று கருதி யிருந்திருக்கிறார்கள், இவர்கள் என்பதும் இப்போது போர் முறையை மாற்றுகிறார்கள் என்பதும் நாட்டுக்கு நன்கு புலனாகாமற் போகாது ! இவைகளை யெல்லாம் எண்ணி மகிழ்கிறபோது சிறைச்சாலையின் துன்பங்கள் ஓடிவிட்டன. அது ஒரு 'சுகவாசஸ்தலம்' போலவே எங்களுக்கு இருந்தது. "நாம் சிறையிலிருக்கிறோம். வெளியிலே நமது கழகம் வளர்கிறது. நாம் பூட்டப்பட் டிருக்கிறோம் - வெளியே பல கிளைக் கழகங்கள் திறக்கப் படுகின்றன " என்ற மகிழ்ச்சி பெருக்கெடுத்தது. அந்த சந்தோஷத்திலே நாட்கள் ஓடிக்கொண்டிருந்தன. நவம்பர் மாதம் 31ம் நாள் காலையிலே சிறைச்சாலையின் சிறிய கதவு திறக்கப்பட்டது. ஐந்து மாதங்களுக்கு முன்னால் பார்த்துவிட்டுப்போன எங்கள் அழகுத் திரு நாட்டை, விசாலமாக விழித்துப்பார்த்தோம்.

ஆயிர மாயிரம் திராவிடத் தோழர்கள் - அவர்களின் ஒளி பொருந்திய கண்கள், எங்களை ஆரத்தழுவி வரவேற்றன. பொறுப்பாளர் கோவிந்தசாமி மத்திய கழகத்தின் சார்பாக வரவேற்றார். திருச்சி மாவட்ட செயலாளர் அம்பில் தர்ம லிங்கம், தஞ்சை மாவட்ட செயலாளர் K. K. நீலமேகம், சென்னை மாவட்ட செயலாளர் கண்ணபிரான், மதுரை மாவட்ட செயலாளர் தொந்தி, மற்றும் மாவட்டத்து செயல் வீரர்கள் அனைவரும் வந்திருந்து வரவேற்றனர். கலையுலக ஜோதி கலைவாணர் கிருஷ்ணன் எதிர் கொண் டழைத்தார். என் அன்புக்குரியோர் அருமை திராவிடத்தின் பெருமை காக்கும் படைவீரர். அனைவரும் 'வருக வருக' என வாழ்த்தினர். "சிறிய சிறையிலிருந்து பெரிய சிறைக்கு வந்தேன்" என்று கூறியபடி அவர்களைத் தழுவிக்கொண்டேன்.

நவம்பர் 21ந் தேதி காலை பத்துமணியுடன் எனக்கு விதிக்கப்பட்ட ஆறுமாதக் கடுங்காவல் முடிவுற்றது. ஆனால் என் அன்னை திராவிடத்தைப் பூட்டிவைத்திருக்கும் அடிமைச் சங்கிலி அறுபடுவது எந்நாள்?

வெற்றி! வெற்றி!!

சிறையிலிருந்து மீண்ட மறுநாள் நானும், சத்தி, தர்மலிங்கம் ராமசுப்பையா, பராங்குசம் ஆகியோரும் கல்லக்குடி களத்தைப் பார்வையிடச் சென்றோம்.

" நான் விடுதலை பெறும்போது டால்மியாபுரம்-கல்லக் குடியாக காட்சியளிக்க வேண்டும் " என்று கேட்டுக் கொண்டு சிறை புகுந்தேன். 'வாருங்கள் அந்த வெற்றிச் சின்னத்தைக் காட்டுகிறேன்' என அழைத்துச் சென்றனர் தோழர்கள். ஆமாம். ஜூலை 15ல் நான் ஒட்டிவிட்டுப் போன கல்லக்குடி என்னும் தாள் தான் அங்கே மின்னுகிறது. டால்மியாபுரம் என்ற பெயரைக் காணவில்லை.

கொரியாவுக்கும், காஷ்மீருக்கும் படைவீரர்களை அனுப்பும் பலம் பொருந்திய சர்க்கார், நாமோ சாதாரண மானவர்கள். அமைதியான அறப்போரை விரும்புகிறவர்கள். ஆனால்-நாம் ஒட்டுகிற கல்லக்குடி யென்னும் திருப்பெயரை அகற்றிட யாரும் முனையவில்லை. புகை வண்டி நிலையத்தில் நாள்தோறும் நமது கொள்கை முழக்கம் நடைபெற இடமளித்து - டால்மியாபுரம் என்கிற அவமானச் சின்னத்தின் மீது கரியைப் பூச அனுமதியும், பாதுகாப்பும் அளிக்கிறார்கள் என்றால் இதை நமது வெற்றி என்றுதானே கூறவேண்டும். "சர்க்கார்இன்னும் அதிகாரபூர்வமாக பெயரை மாற்றவில்லையே " என்று ஒரு தோழர் கேட்டார். அவருக்கும்

அவர்போல் சந்தேகம் கொண்ட நண்பர்களுக்கும் பின்வரும் பதிலைத்தான் நான் தரமுடியும்.

கல்லக்குடி யெனும் பெயர் அதிகாரபூர்வமாக இடப் படவில்லை யென்பது உண்மைதான். நமது வெற்றியை அரசாங்கம் அதிகாரபூர்வமாக ஏற்றுக் கொள்ளவில்லை யென்பதுதான் அதன் பொருள். அதனால் நாம் வெற்றி யடையவில்லை யென்று கூறமுடியுமா?

மாசேதுங் செஞ்சீனத்தில் வெற்றிக்கொடி நாட்டினார். சியாங்கேஷேக் பார்மோசாவுக்கு ஓடினார். ஆனால் ஐ. நா. சபை இதுவரையில் மக்கள் சீனத்தின் வெற்றியை அங்கீ கரிக்கவில்லை. செஞ்சீனம் ஐ.நா. சபையில் இடம்பெற முயன்று - முயன்று - முடியவில்லை! ஆனால் பர்மோசாவில் பதுங்கிய சியாங்கின் சர்க்காருக்கு ஐ.நா.விலே இன்னும் இடமிருக்கிறது. செஞ்சீனத்தை ஐ.நா. அங்கீகரிக்கவில்லை என்பதற்காக அதன் வெற்றியை யாராவது மறுக்க முடியுமா? சியாங்கின் தோல்வியைத்தான் மறைக்க முடியுமா? அதேபோலத்தான்- செஞ்சீன வெற்றி எனும் இடத்திலே கல்லக்குடியையும் - சியாங் சர்க்கார் என்னுமிடத்திலே 'டால்மியாபுரம்' என்ற பெயரையும் நிறுத்திப் பார்த்தால் நமது வெற்றி முழக்கத்திற்கு நல்லதோர் விளக்கம் கிடைக்கும். டால்மியாபுரம் பெயர் மாற்ற வெற்றியினாலேயே திராவிட நாட்டை திராவிடர்க்கு ஆக்கியதாக ஆகுமா என்ற ஐயமும் சிலருக்கு எழலாம்.

1917ல் ரஷ்யப்புரட்சி வெற்றி பெற்றது. 1905ல் ரஷ்யாவில் நடந்த 'ரத்த ஞாயிறு' புரட்சிக்கு முடிவு உண்டாக்கப் பயன்படவில்லை. புரட்சித் தொடர்கதையின் முன்னுரையாகத்தான் 1905ம் ஆண்டு எழுச்சி இருந்தது. பின்னர் பனிரெண்டு ஆண்டுகட்குப்பிறகே பாட்டாளியின் விடுதலைக் கொடி பட்டொளி வீசிப் பறக்க முடிந்தது ரஷ்யாவில்!

அத்தனை ஆண்டுகள் இங்கே தேவைப்படாவிட்டா லும் - விடுதலை பெற அதிக விலை கொடுக்க வேண்டி நேரிடலாம்.

திராவிடத்தின் தேசீய எழுச்சி, இனி யாராலும் அடக்க முடியாது என்ற விதத்திலே - வளர்ந்தோங்கி யிருக்கிறது. பாசறையிலும் மாற்றாரின் குறிப்பாக தேசீய வட்டாரத்திலும் திராவிட உணர்ச்சி குமுறிக் கிளம்பியிருக்கிறது.

சிதறிக் கிடக்கும் திராவிடர்கள் சேரவேண்டியது தான் பாக்கி -நம் சிந்தைக்கினிய திராவிடத்தை மீட்டே தீருவோம் என்ற நம்பிக்கை மலர்ந்து விட்டது. அந்நிய ஆதிபத்யத்தை ஒழிக்க ஆரம்பித்த முதல் அறப்போரில் 'ஆறுமாதக் கடுங்காவல்' ஏற்பதற்கு முன் நான் பாடிய நண்பர் கருணானந்தம் அவர்களின் எழுச்சிமிக்க பாட்டின் முதல் வரிகளை உங்கள் நெஞ்சில் நிறுத்தி இதை முடிக்கிறேன்.

"சேர வருவீரே ! - சேர வருவீரே !
சேர சோழ தென்பாண்டி நாட்டார்!
வீர காவியம் தீட்டும் போரில் சேர வருவீரே !"

முற்றும்.

★ ★ ★

9 788199 612969

Printed at Repro India Ltd.